குயிலம்மை

பிரபஞ்சன்

டிஸ்கவரி பப்ளிகேஷன்ஸ்
எண்: 9, பிளாட் எண்: 1080A, ரோஹிணி பிளாட்ஸ்
முனுசாமி சாலை, கே.கே.நகர் மேற்கு,
சென்னை - 600 078. பேச: 99404 46650

வெளியீட்டு எண்: 0123

குயிலம்மை (சிறுகதைகள்)
ஆசிரியர்: **பிரபஞ்சன்**
பிரபஞ்சன் அறக்கட்டளை©

KUYILAMMAI
Author: **Prapanchan** ©

Discovery 1st Edition : Sep - 2023
168 Pages
Print in India
ISBN:978-93-91994-75-4
Rs.220

Publisher • Sales Rights

Discovery Publications	Discovery Book Palace (P) Ltd
No. 9, Plot,1080A, Rohini Flats, Munusamy Salai, K.K.Nagar West, Chennai - 78. Tamilnadu, India. Mobile: +91 99404 46650	No. 1055-B, Munusamy Salai, K.K.Nagar West, Chennai-600 078. Ph: (044) 4855 7525 Mobile: +91 87545 07070

discoverybookpalace@gmail.com / www.discoverybookpalace.com

இந்த நூலில் பிரசுரமாகியுள்ள எந்த ஒரு பகுதியையும் எழுத்துபூர்வமான முன்அனுமதி பெறாமல் எடுத்தாள்வதோ, மறுபிரசுரம் செய்வதோ, மொழியாக்கம் செய்வதோ, ஊடகங்களில் மறுபதிப்புச் செய்வதோ, காப்புரிமைச் சட்டப்படி தடை செய்யப்பட்டுள்ளது. இந்த நூலிலிருந்து சில பகுதிகளை மேற்கோள்காட்டி நூல்அறிமுகம் செய்யலாம்.

உங்கள் மொபைல் போனிலிருந்து ஸ்கேன் செய்து 'டிஸ்கவரி புக் பேலஸ்' மொபைல் ஆப்பை டவுன்லோடு செய்து, புத்தகங்களை வாங்குங்கள்.

பதிப்புரை

பிரபஞ்சன் எனும் புனைபெயரில் எழுதிய சாரங்கபாணி வைத்திலிங்கம், பிரஞ்சியர் ஆண்ட புதுச்சேரியில் 27.04.1945ல் பிறந்தவர். பள்ளிக் கல்வியைப் புதுச்சேரியிலும், தஞ்சைக் கரந்தைத் தமிழ்ச் சங்கத்தில் புலவர் கல்வியும் கற்றவர்.

1961ஆம் ஆண்டு அவரது முதல் கதை பிரசுரம் கண்டது. 2017 வரை அவர் எழுதிய சிறுகதைகளில் 16 கதைகள் தேர்ந்தெடுக்கப்பட்டு 'குயிலம்மை' எனும் தொகுதியாக இப்போது வெளிவருகிறது.

பிரபஞ்சன் கதைகள், மானுட மகத்துவம் பேசுபவை. சாதாரண மனிதருக்குள் புதைந்து கிடக்கும் பரிவை, அருளை, நியாய உணர்வை, ஒரு சிநேகிதனின் நெகிழ்ந்த தொனியில் சொல்பவை. ஊற்றுநீர்போலக் கனிந்து, சந்தர்ப்பங்களில் வெளிப்படும் மனிதர்களின் அரிய மானுடத் தருணங்களை இனம்கண்டு, கலாபூர்வமாக விளம்புபவை அவரது கதைகள். பகை, வெறுப்பு, துவேஷம் எதுவுமற்ற மனம் கொண்ட ஈரத் தமிழ்க் கதைசொல்லியான பிரபஞ்சன், தன் காலத்துப் புனைவைச் செழுமைப்படுத்திய எழுத்தாளர். வரலாற்று நாவல் துறையில் ஒரு புதிய பாதை வகுத்தவர்.

கட்டுரைகள், நாடகம் என சமூக இலக்கியத்துறையில் தொடர்ந்து இயங்கிவந்த பிரபஞ்சன் 21.12.2018ல் மறைந்தார்.

தமிழ் இலக்கியத்தில் பிரபஞ்சனின் எழுத்துகள் பொக்கிஷங்களாகப் பாதுகாக்கப்பட வேண்டும். அவரின் சிறுகதைகளை 'டிஸ்கவரி பப்ளிகேஷன்ஸ்' நிறுவனம் மூலமாக வெளியிடுவதில் பெருமை கொள்கிறோம்.

- **மு.வேடியப்பன்**

(2017ஆம் ஆண்டு பிரபஞ்சன் எழுதிய முன்னுரை)

நான் நிறைவுகொள்ளும் நாள் இது

சிறுகதை என்கிற வடிவம் மிகவும் அழகியது. நுணுக்கமும் ஆழமும் கூடி வாழ்வைத் துலக்கமுற உரைப்பது சிறுகதை. வாழ்வையும், வாழ நேர்ந்த மனிதர்களின் அசலான பிம்பத்தை மிகக் குறுகிய பக்கங்களிலும் வார்த்தைகளிலும் சொல்லிவிடக்கூடிய வடிவமும் அதுவே ஆகும்.

ஒரு மொழியின் பெருமைகளில் ஒன்று கதை. கதைகளை உடைய மொழிகள், காலத்தைக் கைப்பிடித்து யுகங்கள் தாண்டியும் மனிதகுலத்தை அடுத்த பரிமாணத்துக்குக் கொண்டு சேர்க்கின்றன. கதைகள் கதைகளாக மட்டுமே இருந்து பல உள் வினைகள் ஆற்றுகின்றன. அது எதையேனும் சொல்லிக்கொண்டு நிற்கிறதா? இல்லை... அது ஓடிக்கொண்டே இருக்கிறது. ஆனால், அது பேசிக்கொண்டும் இருக்கிறது. நாம் கேட்க நம்மைச் சித்தப்படுத்திக்கொண்டால், ஆற்றிடமிருந்து நிறைய விஷயங்கள் நம்மால் நிரப்பிக்கொள்ள முடியும். நல்ல கதை என்பது ஆறு போன்றது. கதைகள் எப்போதும் இறந்தகாலத்திலேயே சொல்லப்படுகின்றன.

ஏன் எனில், இது இவ்வாறு நிகழ்ந்தது என்பதைக் கதை சொல்கிறது. ஆகவே, கதைகள் இறந்தகாலத்தில் நிகழ்கின்றன. இறந்தகாலம் என்றால், இல்லாமலே ஆன காலம் என்று அர்த்தம் ஆகாது. (தமிழ் இலக்கணம், இறந்ததைத் தழுவி எச்சத்தையும் பார்க்கச் சொல்கிறது.)

நினைவுக் கிடங்கிலிருந்து வெளிவரும் ஒரு சம்பவம் சொற்களாகவே வெளியே வருகிறது. பதிந்துபோயிருந்த அந்தச் சம்பவம் 'நேற்று' நடந்தது. முடிந்ததா என்றால், இல்லை. எதுவும் முடிந்துபோவது இல்லை. முடிந்தது என்று நாம் நினைப்பது ஏதோ ஒரு உருவில் இன்றும் தொடர்கிறது; நாளையும் தொடரும். ஆக, கதைகள் மூன்று காலத்தையும் உள்ளடக்கியவை. அ-காலம் என்று ஒன்றையும் உள் கொண்டது கதை.

எழுதப்பட்ட காலத்திலும் அது கடந்தும் கதைகள் பேசிக்கொண்டே இருக்கின்றன. சங்க வாசகனுக்குத் தொனித்த ஒரு கதை, சோழர் காலத்து வாசகனுக்கு வந்து சேரும்போது, புது அர்த்தம் கொள்கிறது. இன்றைய வாசகனுக்கு, அது இன்னுமொரு அனுபவத்தைத் தரக் காத்திருக்கிறது.

இலக்கியத்தின் தன்மை என்பது இதுதான். நல்ல படைப்பிலக்கியம் காலம் கடந்து ஜீவித்துக்கொண்டே இருப்பதன் சூட்சுமம் இதுதான்.

நல்ல விஷயமாக என் பள்ளிப்பருவக் காலத்திலேயே புதுமைப்பித்தன் கதைகள் வாசிக்கும் நிலை வாய்த்தது. கல்லூரிக் காலத்தில் தி.ஜானகிராமனை, எம்.வி.வெங்கட்ராமனை வாசிக்கவும், சந்தித்து உரையாடவும், நட்புக் கொள்ளவுமான வாய்ப்புகள் கிடைத்தன. தஞ்சை பிரகாஷின் மாபெரும் நூலகம் வாசிக்கக் கிடைத்தது, என் பேறு.

புதுச்சேரியில், இன்று ரோமென்ட் ரோலன் என்ற பெயரில் இயங்கும், அருமையான நூலகத்தில் இருந்த பிரஞ்ச் மற்றும் ரஷ்ய இலக்கியங்களின் தமிழ் மொழிபெயர்ப்புகள், படைப்பிலக்கியத்தின் பல சாகைகளை, பல கோணங்களை, பல பார்வைகளை எனக்கு அளித்தன. 'தொடர்ந்த வாசிப்பு, எழுதுபவர்களுக்கு இருக்க வேண்டியது மிக அவசியம்' என்று வாழ்நாள் முழுக்க சொல்லிக்கொண்டே இருந்தார் க.நா.சு.

அதேபோல, 'தொடர்ந்து எழுதிக்கொண்டும் இருக்க வேண்டும்' என்பார் க.நா.சு. 'தொடர்ந்து தினம்தோறும் எப்படி எழுத முடியும்?' என்று, அவர் புதுவை பல்கலையில் பணிசெய்ய வந்திருந்தபோது கேட்டேன். உடனே அவர், 'முடியாதுதான்... முடியாதபோது, மொழிபெயர்ப்பு செய்யுங்கள்!' என்றார். மொழி ஆக்கம் மூலம், அவர் தமிழுக்குச் செய்த பணியைத் தமிழர்கள் மறக்கக் கூடாது.

1961-ல் என் எழுத்து பிரசுரம் கண்டாலும், 1970-களுக்குப் பிறகே சிறுகதைகள் எழுதுவதில் நான் ஈடுபட்டேன். இத்தனை ஆண்டுகளில் உங்கள் கைகளில் உள்ள கதைகளை என்னால் எழுத முடிந்துள்ளது.

2017-வரை நான் எழுதியிருக்கும் கதைகளின் ஒரு தொகுதி இது. நூல் உருவாக்கத்தில் உழைப்பை நல்கியதோடு, இந்தத் தொகுதிகளை அழகாகவும் செறிவாகவும் வெளியிட்டிருக்கும்,

நண்பர் திரு.மு.வேடியப்பன் அவர்களுக்கு இந்த நேரத்தில் என் மனம் நிறைந்த நன்றியையும் அன்பையும் தெரிவித்துக் கொள்கிறேன்.

இந்தத் தொகுப்புகள் வெளிவந்த இன்று என் 73 வயதில் பிரவேசிக்கிறேன். 27.04.1945-ல் பிறந்து, 1961 முதல் 55 ஆண்டுகளாக எழுதிக்கொண்டிருக்கும் என் மேல் தமிழ்கூறும் நல்லுலகம், நண்பர்கள், வாசகர்கள் கொண்டிருக்கும் அன்பை, நட்பை அவர்கள் இணைந்து நடத்தும் என் பாராட்டு / நூல் வெளியீட்டு / பரிசளிப்பு விழா நிகழ்ச்சிகள் எனக்கு மன நிறைவைத் தருகின்றன. இதற்கென உழைத்த என் அன்பு இலக்கிய உலக வாசகர்களை நினைக்கையில் என் மனம் ஈரம் கொள்கிறது. தமிழர்கள், தம்மை நேசிக்கும் இன்னொரு தமிழனை எப்போதும் நினைவு கொள்வார்கள் என்பது மீண்டும் நிரூபணம் ஆகி இருக்கிறது. என்னைப் பாராட்டுவது என்பது, இப்போது எழுதத் தொடங்கி இருக்கும் எழுத்தாளர்களைக் கௌரவிப்பது என்றே பொருள் கொள்ள வேண்டும்.

என் அன்பு வாசகர்கள் காலந்தோறும் தோன்றிவரும் கலைஞர்கள் எழுத்தாளர்களைக் கௌரவித்தபடி இருக்க வேண்டும் என்பதே நான் கூற விரும்பும் இந்த நாள் செய்தியாகும். தேவையான நேரம் அளவாகப் பெய்யும் மழையாக நாம் இருப்போம்.

சென்னை - தமிழ்நாடு
2017

தோழமையுடன்,
பிரபஞ்சன்

பொருளடக்கம்

1. ஆகாசப்பூ 09
2. இடம் 20
3. ஏழாம் நாள் சலவைச் சட்டை 27
4. கணக்கு 44
5. களம் 51
6. காரணங்கள் அகாரணங்கள் 60
7. குயிலம்மை 67
8. குழந்தை அழுதுக்கொண்டே இருக்கிறது 76
9. தலைக்கு மேலானது 88
10. திண்ணன் மறைந்தான் 96
11. துணை இல்லாதவர்கள் 106
12. நான் எதையும் மறப்பதே இல்லை 116
13. நான் நிறைவோடு இருக்கிறேன் 123
14. வாழ்தலும் வொழ்தல் நிமித்தமும் 134
15. மிருகம் 150
16. கருணையினால்தான் 158

ஆகாசப்பூ

அவள் புரண்டு படுத்தாள். இப்போது எல்லாம் இப்படி அடிக்கடி புரண்டு புரண்டு படுத்து அறுந்து போகும் உறக்கத்தின் இழையைத் துரத்திச் சென்று விடியும்வரை அவஸ்தைபட வேண்டியிருந்தது அவளுக்கு. மூன்று மூன்றரை மணிக்கு இந்தப் பிரச்னை தொடங்கி விடும். காதுகளுக்கு அருகில் விளங்காத சத்தங்கள், மொழிச் சொற்கள், யாரோ பக்கத்தில் இருந்துகொண்டு பேசுவதுபோல. என்ன பேசுகிறார்கள் என்றுதான் விளங்கவில்லை.

ஏறக்குறைய உறக்கத்தில் ஆழ்ந்தாள். உலகம் விடிந்து கொண்டிருந்தது, சத்தமாகத் தெரிந்தது. பகல் வெளிச்சம் படரும்போது, தோட்டத்து மரங்களில் இருந்து பறவைகள் பேசத் தொடங்கிவிடும். உணவு விடுதிக்குக் கறந்து தர மாடுகள் நடக்கும் ஓசை, பால் பூத்தின் ஷட்டர் அநாகரிகச் சத்தத்துடன் திறக்கும் நாராசம்.

அவள் தன்னை உறக்கத்துக்குள் போத்திக் கொண்டாள். உறக்கம், நீல அலைகளானது. நீல அலைகளில் அவள் அமிழும்போது மிதமாக அவள் செல்பேசி சகானாவில் இழைத்தது. யார் இந்த நேரத்தில்? முக்கியமான அழைப்பு என்பதுபோல அவள் உணர்ந்தாள்.

“ஹலோ...”

“வணக்கம் மேடம், நான் கேசவன்” என்றது எதிர்க்குரல்.

“சொல்லுப்பா. என்ன விஷயம்?”

“ஸாரி மேடம், நம்ம சி. ஆர். காலமாகிவிட்டார்”

"அடடா... எப்போ?"

"இரவு பத்துக்கு நெருக்கமா"

அவள், பதிலை யோசிக்க வேண்டி இருந்தது. "சரி, பார்ப்போம்... நன்றி"

அவள் ஜன்னல் கதவைத் திறந்து, வெளியே பார்த்தாள். மழைநீர் மாதிரி தெருவிலும் மரங்களிலும் இருட்டு தேங்கியிருந்தது. ஒரு தெருநாய் தன் உடம்பை உதறி, குரைத்து சூரியனை அழைத்துக்கொண்டிருந்தது.

கேசவன் குரலில் இரண்டு சமாச்சாரங்கள் இருந்தன. அவள் அறிவாள். நிறுவனத்தின் தலைவர் இறந்ததைச் சொன்னது ஒன்று. இன்னொன்று, அவர் அவளுக்கு நெருக்கமானவர் என்பது. நெருக்கம், இதற்கு என்ன அர்த்தம்? அவரவர் அனுபவத்துக்கு ஏற்ப பொருள்படும் பன்முக வார்த்தை அது. கேசவன் அவளுடைய உதவியாளன். அவன் மேடத்துக்கு விஷயத்தைச் சொல்வது அவன் கடமைகளில் ஒன்று. மேல் மற்றும் கீழ் அர்த்தம் வெளிப்படச் சொன்னான்.

காபி போட்டு எடுத்துக்கொண்டு வந்து பால்கனியில் அமர்ந்தாள். ஒரு ஆட்டோ, வெள்ளை வேட்டியாகப் பரவிய விடியலைக் கிழித்துக்கொண்டிருந்தது.

சி. ஆருக்கும்கூட காபி பிடிக்கும். அதை முதல் சந்திப்பிலேயே அவர் வெளிப்படுத்தினார். சி. ஆர். பதவியில் இருந்தபோதுதான், அவள் பணியில் சேர்ந்தாள். பணிசார்ந்த, அனுபவம் சார்ந்த எதையும் அவர் அவளிடம் கேட்கவில்லை.

"உங்களை எனக்குத் தெரியும்" என்று ஒற்றை வரியில் அனைத்தையும் முடித்துக்கொண்டார். காபி வந்தது.

"எடுத்துக் கொள்ளுங்கள். சர்க்கரை தேவையானதைப் போட்டுக் கொள்ளுங்கள். இங்கே எல்லாம் கலந்துகட்டித்தான் கொடுத்துக் கொண்டிருந்தார்கள். நான் வந்த பிறகுதான் காபி சடங்கை ஒழுங்குபடுத்தினேன்" அவள் ஒரு வாய் சாப்பிட்டப் பிறகு "எப்படி இருக்கு" என்றார்.

"அருமை" என்றாள்.

அவர் தொடர்ந்தார். "என்னைப் பற்றி, உங்கள் கட்டுரை ஒன்றில் ஒரு அபிப்பிராயத்தைக் கொஞ்சம் சூடாகச் சொல்லியிருந்தீர்கள். எனக்கு மறக்கவில்லை. அப்போது சிராய்த்துக்கொண்டாற்போல் வலித்தது. ஆனால், உங்கள் கருத்து சரி. நான் புரிந்துகொண்டேன்."

அவள் சங்கடமாக உணர்ந்தாள்.

"இப்போ என்ன செய்துகொண்டிருக்கிறீர்கள்?"

"என்ன எடுத்துக்கொள்ளலாம் என யோசித்துக் கொண்டிருக்கிறேன்"

"நல்லது, உங்கள் வேலையைத் தொடருங்கள். அரை மணி நேரம் காத்திருக்க முடியுமா? உங்கள் அப்பாயின்ட்மென்ட் ஆர்டரை வாங்கிக் கொண்டு போய்விடுங்கள்."

அவள் நன்றி சொல்லிவிட்டு அறைக்கு வெளியே இருந்த விசிட்டர்ஸ் பகுதியில் வந்து சௌகர்யான நாற்காலியில் அமர்ந்தாள். ஓர் இனிய வாசனை அங்கு நிரம்பியிருந்ததை ரசித்தாள். பத்து நிமிடங்களுக்குள் சி.ஆர். அழைத்தார்.

"வாழ்த்துக்கள். இது உங்கள் நியமன ஆணை. ம்... உங்களை நான் எப்படி அழைக்கட்டும்? தியாகராசன் சந்திர பிரபாவை டி. சி. பி என்று? டாக்டர் டி. சி. பி. சரியா?"

"டாக்டர் என்னத்துக்கு? டி. சி. பி. போதும் சார்"

"நோ சார். சி. ஆர். போதும்."

"நன்றி சார்." சொல்லிவிட்டு வெளியே வந்தாள். சிநேகிதி வசந்த சூர்யாவைப் பார்த்து விஷயங்களைப் பகிர்ந்துகொள்ள வேண்டும்" என இவள் நினைக்கும்போது, சூர்யா இவளை நோக்கி வந்துகொண்டிருந்தாள். நிறுவனம் நிறைய மரங்களை வளர்த்தது, ஆறுதல். சில மரங்களை அழகு படுத்துவதாகச் சொல்லி முடிவெட்டி நிறுத்தியிருந்தது, அநாசாரம். இரண்டும் சேர்ந்தவைதான் நிறுவனங்கள்.

சூர்யா ஓடி வந்து இவள் கைகளைப் பற்றிக் கொண்டு "பாராட்டுகள்" என்றாள். பாக்குமர நிழலில் புல்தரையில் அமர்ந்தார்கள்.

"நேர்காணல் ரொம்பச் சீக்கிரம் முடிஞ்சுட்டாபோல!"

"நேர்காணல்னா, நேரா வேலை பெறப்போகிற ஆளைப் பார்ப்பதுதானே! பார்த்தார். ஆர்டரைக் கொடுத்தார். அது சி. ஆர். எப்படி? நல்லவர்தானா?"

புல்தரையில் தும்பிகள் நிறையப் பறந்தன. வெயிலைத் தின்று வாழும் உயிர்கள். சூர்யா. டி. சி. பி. யைப் பார்த்துச் சொன்னாள், "நல்லவர்கள்னு ஒரு சாதி இருக்காப்பா! எனக்குத் தெரிஞ்சு இல்லை. மனுஷர்கள்தான் இருக்காங்க. அன்பு, அயோக்கியத்தனம், கருணை, களவாணித்தனம், சல்லித்தனம்,

புறம்பேசுதல், காட்டிக் கொடுக்கிற கயமைத்தனம், எல்லாம் சரிவிகிதத்துல கலந்த மனுஷத்தனம். சந்தர்ப்பம், சூழ்நிலை, நிலம், பொழுது, காற்று, தின்கிற உணவு எல்லாம் சேர்ந்தவன்தான் மனுஷன். நீ உன்னைக் காப்பாத்திக்கணும். தட்டப்படுற கதவுக்கு வெளியே யார் நிக்கிறான்னு பார்த்துட்டு, அப்புறமா கதவைத் திறக்கிறது, உனக்கு நல்லது"

"நேரா சொல்லுப்பா... சி. ஆர். ஐ. எப்படி டீல் பண்றது"

"என்னிடம்கூட கேட்டிருக்கார்... அடுத்த கருத்தரங்கத்தை ஊட்டியில் வெச்சுக்கலாமான்னு"

"ஊட்டியிலா?"

"ஆமாம். ஏற்காடு, ஊட்டி, கொடைக்கானல்னு மலைவாசஸ்தலத்துலதான் நம்ம சி. ஆரு. க்கு ஐம்புலனும் எழுந்து நடனமாடுது. நேஷனல் செமினாரை எல்லாம் அங்கேதான் நடத்துவார்"

"நீ போயிருக்கியா?"

"இல்லை. எனக்கு புரமோஷனே வரலையே. நீ புரிஞ்சுக்க வேணாமா!"

நல்லவேளைதான். சி. ஆர். அடுத்தடுத்து நான்கு கருத்தரங்குகள் நடத்தினார். அவற்றைச் சமதளத்திலேயே நடத்தினார். துறைத் தலைவர் என்ற முறையிலும், அடிக்கடி சி. ஆரை அவள் சந்திக்க வேண்டியிருந்தது. தொடக்கத்தில் பதற்றம் இருந்தாலும், நாளடைவில் அது சமனப்பட்டுக் குறைந்தது. அதோடு சி. ஆர். அறிவாளியாக இருந்தார். இடைக்காலத்து இலக்கியங்களில் அவர் ஆர்வமும் புலமையும் மதிக்கும் படியாக இருந்தன. அதோடு இருபதாம் நூற்றாண்டு நவீனத் தத்துவங்களில் ஆராய்ச்சியும் செய்திருந்தார். அவள் "கேமு" என்றால் "சார்த்ரு"தான் மேலானவர் என்று இரண்டு மணிக்கும் மேலாக அவர் பேசினார். அவர் முன் வைக்கும் நியாயங்களில், நியாயம் இருப்பதுபோல தோன்றினார். இருத்தலியல் வாதிகளில், வைதிக, அவைதிகத் தத்துவவாதிகளை அழகுறப் பிரித்துக் காட்டினார்.

ஒருநாள் அவர் அவளிடம், "சிற்றிலக்கியங்கள் பற்றிய கருத்தரங்கம் ஒன்றை நீங்கள் முன்நின்று நடத்துங்களேன். சிற்றிலக்கியங்களின் சொற்கள், அமைப்புகள், தோற்றக் காரணம், சமூகப் பின்புலம், ஏதேனும் உங்கள் தேர்வை முன்னிறுத்திச் செய்யுங்களேன்."

“செய்யலாம் சி. ஆர். முதலில் சில புரிதல்கள் நமக்கு வேணும். அவற்றைச் “சிற்றிலக்கியம்” என ஏன் சொல்ல வேண்டும்.? ‘இலக்கியம்’ என்றால் போதாதா? அப்புறம், நீங்கள் சொன்னதுபோல, சிற்றிலக்கியங்களை நூற்றுக்கணக்கில் செய்தவர்கள், இஸ்லாமியக் கவிஞர்கள் அல்லவா! அதை ஏன் நாம் பேசுவது இல்லை? நம் தமிழ் அன்னைக்கு இஸ்லாமியப் பிள்ளைகள் மேல் வெறுப்பா என்ன? அவர்களின் இலக்கியப் படைப்புகள் பற்றி கருத்தரங்கங்கள் நடத்த அனுமதி கொடுத்தீர்கள் என்றால், நான் பொறுப்பை ஏற்றுக் கொள்கிறேன்.”

“கொடுத்தேன். உங்கள் விருப்பம் போலவே செய்யுங்கள். அகில இந்தியக் கருத்தரங்கமாகவே நடத்திவிடலாம்.”

அவள் பின்வருமாறு பேசியிருக்கக்கூடாது. மனதில் இருப்பதுதானே வார்த்தையாக வெளி வருகிறது.

“சமதளத்திலேயே நடத்தலாம். மலைப் பகுதிக்குப் போக வேண்டாமே?”

மனித முகம் இப்படியும் ஆகும் என்று அவள் நினைக்கவில்லை. அவமானப்படுத்தப்பட்ட மனிதன் முகம்போல, காயம்பட்டதுபோல ஆனார். ஆனால், அது டி. சி. பி.யை வருத்தப்படுத்தவில்லை. யாரோ ஒருத்தி அவர் முகத்தில் அதைச் சொல்லியிருக்க வேண்டும். அவளுக்காக, தான் பேசியதாக அவள் நினைத்தாள். அது என் கடமை என்றும் நினைத்தாள்.

மீண்டும் அவள் அசிஸ்டன்ட் கேசவன் பேசினார். “மதியம் இரண்டு மணிபோல அடக்கஸ்தலம் ஊர்வலம் புறப்படுவதாக இருக்கிறது” என்று நினைவூட்டினார். நன்றி சொல்லிவிட்டு, என்ன செய்யலாம்? என யோசிக்கத் தொடங்கினாள். ‘பழகிய மனிதனின் மரணத்துக்குச் சென்று வழியனுப்புவது நாகரிகம்’ எனப் பலரும் சொல்ல அவள் கேட்டிருக்கிறாள். அந்தக் கூற்றில் சத்து இருக்கலாம். அவளுக்கு முன் குளிக்க வேண்டிய கடமை ஒன்று இருப்பது அவள் நினைவுக்கு வந்தது. ‘குளித்து விட்டு சாவு வீட்டுக்குப் போவதாவது!’ என்று தோன்றியது. தான் ‘தூய்மை’ என்றெல்லாம் பேசப்படும் விஷயத்துக்குள் காலை வைக்கிறோமோ? இல்லை. அது கூடாது அவள் குளிக்கப் போனாள்.

டி. சி. பி. க்கு ஒரு பிரச்னை ஏற்பட்டது. அவசரமாக வீடு தேவைப்பட்டது சூர்யாவுடன் வீடு பார்க்கப் போனாள். தனியாக

வாழும் ஒரு பெண்ணுக்கான, தொந்திரவு அதிகம் வராத, ஓரளவு பாதுகாப்பான குடியிருப்பு.

"தனியாக இருக்கிறீர்களா?" என்றார் வயதான ஒரு வீட்டுக்காரர். முன்னர் அந்த வீட்டில் லெக்சரர் சரவணன் இருந்தார். திருமணம் ஆன பிறகுதான் வேறு வீட்டுக்குப் போனார்.

"சரவணன்கூட தனியாகத்தானே இருந்தார்" என்றாள் டி. சி. பி.

அசட்டுத்தனமானச் சிரிப்பை இப்போது எல்லாம் அடிக்கடி பார்க்க முடிந்தது டி. சி. பி. யால். வீட்டுக்காரப் பெரியவர் ஒருவர், "அசைவம் சமைக்க மாட்டேளே!" என்றார்.

"இல்லை. நான் சமைப்பதே இல்லை. ஆனால், வாங்கி வந்து சாப்பிடுவேன்" என்றாள். அழகான அசட்டுச் சிரிப்பு.

"ஹஸ்பண்ட் பின்னால் வருவாரா?" என்றார் ஒரு வீட்டுக்காரர்.

"இல்லை, எப்போதும் வர மாட்டார். எனக்கு ஹஸ்பண்ட் என்று எவனும் இல்லை."

ஆறாவது வீட்டுக்காரர், "எங்கு பணி" என்று மட்டும் கேட்டார். சொன்னாள்.

"உங்கள் தலைவர் உங்களுக்காகப் பேசுவாரா?" என மட்டும் கேட்டார்.

டி.சி.பி.யை முந்திக்கொண்டு சூர்யா சொன்னாள். "பேசுவார். நாளைக்கு எங்களோடு வருவார்"

வந்தார் சி.ஆர்.

"அனைத்துக்கும் நான் பொறுப்பு" என்று வீட்டுக்காரருக்கு உத்தரவாதம் அளித்தார்.

இதை டி. சி. பி விரும்பவில்லை. சில பிரச்னைகள் ஏற்படும் என்று அவள் தயங்கினாள். வீடு கிடைக்கும் படியாகச் செய்தமைக்கு ஏதாவது பிரதிபலன் எதிர்பார்ப்பார் சி. ஆர் என்பது ஒன்று. தன் வசிப்பிடம், ஓர் ஆணுக்குத் தெரிந்துவிடுகிறது, என்பது இரண்டு. என்றாலும், சூர்யா எப்படியோ சாத்தியப்படுத்தினாள்.

"சி. ஆர். இதுக்கு கூலி கேட்பாரோடி, வேறு வகையாக"

"கேட்கலாம், எப்படியும் உன்னிடம் இருப்பதைத்தானே கேட்கப் போகிறார். தராதே. இதுபோன்ற அதிகாரத்தில் இருக்கும் ஜொள்ளர்களின் நினைவு எல்லாம், நம் உடம்பாகத்தான்

இருக்கும். அலட்சியம் செய். அவர்களைப் புறக்கணி. காலை எழுந்தவுடன் தலை வாருகிறோம். எப்போதும் ஒன்றிரண்டு தலைமுடிகள் சீப்பில் முட்டிக்கொண்டு வருகிறதுதானே? அந்த உதிரிகளுக்காக வருந்துகிறோமா?"

"வருந்தத் தேவை இல்லைதான்."

ஊரில் இருந்து டி. சி. பி. யின் தம்பி செல்லில் அவளை அழைத்து நன்றி தெரிவித்துக்கொண்டார்.

"எதுக்குப்பா நன்றி!"

"அக்கா, நீ சொல்லித்தானே நிறுவனத்தின் கான்ட்ராக்ட் எனக்குக் கிடைத்திருக்கிறது. பெரிய பெரிய முதலைகள் அதுக்கு மோதிக்கொண்டிருந்தார்கள். மாசம் பல லட்சம் ரூபாய் வரும். நான் நிமிர்ந்திடுவேன் அக்கா"

ஏதோ தப்பு நடக்கிறது எனத் தோன்றியது அவளுக்கு.

நேராக சி. ஆரைத் போய்ப் பார்த்தாள்.

"என் தம்பி ஏதோ சொல்றானே, என்ன சார்?"

"அதுவா உங்க தம்பி என்னை வந்து பார்த்தார். அந்தப் பெரிய கான்ட்ராக்ட் தனக்கு வேணும்னு கேட்டார். நம்ம குடும்பத்து இளைஞன், முன்னுக்கு வர்றதுக்கு நாம் வழிகாட்டியதா இருக்கட்டுமே!"

"தப்பு பண்ணிட்டீங்க சார். எனக்கு இந்த விஷயமே தெரியாது. நீங்க என்னிடம் சொல்லியிருக்கணும். அவன் நல்ல பையன் இல்லை சார். மணல் திருட்டு, பிளாட் பிசினஸில் ஊழல்னு வாழுறவன். அதனாலேயே என் குடும்பத்தோட உறவே வேண்டாம்னு நான் ஒதுங்கி வாழறேன்."

"ஒருத்தன் எப்பவுமே தப்பு பண்ணிட்டே இருப்பானா? உங்க தம்பி நல்லா வருவான். நான் நம்புறேன்."

சூர்யாவைப் பார்த்து விஷயத்தைச் சொன்னாள், டி. சி. பி. அவள் மூச்சு இரைக்க இரைக்க நின்றதைக் கண்டு, சூர்யா கவலைப்பட்டாள்.

அவர்கள் அமர்ந்த இடத்தில் இருந்து, அமைதியற்றுக் கொந்தளிக்கும் கடலைப் பார்க்க முடியும். புரண்டு புரண்டு வந்த அலைகள், சமாதானமாகி கடலில் கரைந்தன.

"இதுல நீ விசனப்பட என்ன இருக்கு? அந்த ஆள், எப்போதும் தூண்டில்தான் போடுவார். இப்போது பெரிய

வலையையே விரித்திருக்கார். நீ சிக்க மாட்டாய். அதை அவர் இப்போது புரிந்துகொண்டிருப்பார்”

கடைசியாக வர்றபோது, நான் அவரிடம் சொன்னேன். “அடிப்படையில் முறை இல்லாத, நேர்மை இல்லாத காரியங்களை நீங்கள் செய்கிறீர்கள் சி. ஆர். அந்தப் பையன் எப்படிப்பட்டவன்? இந்தப் பெரிய காரியத்தைச் சாதிக்கும் தகுதியுள்ளவனா? அந்த கான்ட்ராக்ட்டுக்கு உரிய யோக்கியதை நிரம்பியவனான்னு எதுவும் விசாரிக்காம நீங்க இதைச் செய்திருக்கக்கூடாது. இப்படிச் செய்வது என்னைச் சந்தோஷப்படுத்தும்னு நீங்க நினைச்சா, அது நீங்க எனக்குச் செய்ற அவமானம். நான் திருப்தி அடைஞ்சு, எந்த ரூபத்துலயும் பதில் உபகாரம் செய்ய மாட்டேன்.”

“அப்படி இல்லை டி. சி. பி. அன்பு காரணமா...”

“அன்பு, அந்த வார்த்தையைக் கேட்கவே எனக்கு அருவருப்பா இருக்கு. அர்த்தம் இல்லாத, சாயம் போன, வார்த்தையை என் முன்னால இனி சொல்லாதீங்க. நீதி, நேர்மை, நியாயம், எல்லாத்துக்கும் மேலே அறம்னு ஒண்ணு இருக்கு, சி. ஆர். பொய்யை அன்புன்னு சொல்லாதீங்க. என்னை ரொம்ப மலிவா எடை போட்டுட்டீங்க”

காபியை முடித்துக்கொண்டு அவர்கள் வெளியே வந்தார்கள்.

“அந்த ஆள் முகத்தில் விழிக்கவே எனக்குப் பிடிக்கலைப்பா. என்ன செய்யலாம். ரிசைன் பண்ணிடலாமா?”

டி. சி. பி. யை அவள் ஃபிளாட்டின் வெளியே இரும்பு கேட்டுக்குப் பக்கத்தில் வளர்ந்துகொண்டிருந்த மாதுளைச் செடியின் ஓரம் நிறுத்தி, சூர்யா சொன்னாள். “ரிசைன் பண்ண வேணாம். சி. ஆர் நிரந்தரமா என்ன? நிலைமை மாறலாம். ஒண்ணு செய், கீழைத் தேய மொழி ஆராய்ச்சிக்கு உனக்குக் கிடைச்சிருக்கிற ஸ்காலர்ஷிப்பை இப்போ பயன்படுத்திக்கோ. ஆறு மாசம். ஒரு வருஷம் வரைக்கும் அதை நீட்டிச்சுக்கலாம். சி. ஆரைச் சந்திக்கவும் நேராது. உருப்படியா ஒரு காரியத்தைச் செய்துட்டுவா. ஆய்வில் மட்டும் கவனம் செலுத்து”

அதிர்ஷ்டம்தான். டி. சி. பி. அப்படித்தான் நினைத்தாள். தங்கும் இடம் பெரிய வளாகம். முதிர்ந்து படர்ந்த [illegible] மரங்களில் அடர்ந்த பறக்கும் உயிர்கள். பத்துப் பத்து அறைகள் மூன்று அடுக்குக் கட்டடம். அவளுக்குக் கீழ் அடுக்கில் கடைசி அறை. ஜன்னலைத் திறந்தால் மரங்களின் கொலு. அவள் அறை வாசலில் சச்சதுரமாக நிலம். முதல் நாளே அந்த இடத்தைப் பசுமையாக மாற்றுவது எனத் தீர்மானித்தாள்.

பக்கத்து அறை சிநேகிதி கங்கா, ஊரில் இருந்து திரும்பும்போது ஒரு செடிகொண்டு வந்து கொடுத்தாள். "என்ன செடி" என்றாள் டி. சி. பி.

"ஆகாசப் பூ! அதாவது நீல நிறம் மேல்பக்கமும் வெள்ளை நிறம் அடிப்பக்கமுமாக, நீல ஆகாயம்போல பூக்கள் இருக்குமாம். அதனால் அந்தப் பெயர். பக்கத்து கார்டனில் இருந்து, எல்லா பூச்செடிகளையும் வாங்கி நட்டுவிடலாமா?" என்றும் கேட்டாள் கங்கா.

"நாலு பூச்செடிகள்போதும். மீதி நாலோ, ஆறோ பூக்கள் இல்லாத இலையே அழகாக அரும்பும் செடிகளாகவும் இருக்கட்டும். பூக்கள் மட்டுமா அழகு? இலைகள், அரும்புகள், தண்டில் ஊர்ந்து வரும் எறும்புகள், எல்லாவற்றுக்கும் மேலாக புறகள் எல்லாமும்தானே தோட்டம்.

தோட்டம் வளர்ப்பதில் மிகவும் சிரத்தையாகத் தன்னைப் பிணைத்துக்கொண்டாள் டி. சி. பி. காலையிலும் மாலையிலும் செடிகளைப் பார்ப்பது, தொடுவது, பேசுவது, நீர் வார்ப்பது என தன்னை உடைத்து, திசைகளிலும் மண்களிலும் ஆகாயத்திலும் பொடியாகத் தூவிக்கொண்டாள்.

இடையிடையே, சூர்யா பேசிக்கொண்டுதான் இருந்தாள். ஒருமுறை சூர்யா பேசும்போது "யார்?" என்றாள்.

"என்னடி நான்தான் சூர்யா. என்னைக்கூடவா மறந்துட்டே" என்று கேட் _போதுதான் தன்னிலை உணர்ந்தாள்.

அவள் தன் டைரியில் இப்படி எழுதினாள்.

"இரண்டு விஷயங்களில், என்னை நானே விரும்பி இழந்து கொண்டிருக்கிறேன். இந்த இழப்புதான் என்னுள் சேகரமாகிறது. என் ஜீவியத்துக்கு அர்த்தம் இதுதான் என்று தோன்றுகிறது"

"அது என்னடி இரண்டு விஷயங்கள்!" ஊர் திரும்பியபோது சூர்யா கேட்டாள்.

"ஒண்ணு பழங்குடி மலைவாழ் மக்கள்னு சொல்லி, நம்ம நாகரிகச் சமூகம் ஒதுக்கி வெச்சிருக்கிற மக்கள் நூறு சதவிகிதம் மனுஷங்களா இருக்கிறதை ஒவ்வொரு நாளும் நான் பார்க்கிறேன். ரெண்டு, அவர்களை அவர்கள் வாழும் இடங்கள்ல இருந்து, ஏன் வெளியேத்துறாங்கன்னு அவர்களுக்குத் தெரியலை, சூர்யா. நம்ம அரசியல்காரர்கள், கார்ப்பரேட்டுகளோட ஏஜென்டா இருக்கிறாங்கனு அவர்களுக்குத் தெரியலை. இது ரொம்பவே என்னைத் தொந்தரவு பண்ணுது"

"மலைவாழ் மக்களோட மொழியை ஆராய்ச்சி பண்றது மட்டும்தான் உன் வேலைம்பாங்களே"

"இப்படித்தான் எனக்கு சம்பளம் தர்ற நிறுவனமும் சொல்லுது. கல்விப் புலத்து அயோக்கியத்தனமே அந்த இடத்துலதான் தொடங்குது சூர்யா. என் கண் முன்னாடித் துப்பாக்கியைக் காட்டி போலீஸ், அந்த மக்களை காடுகளை விட்டு வெளியேத்துறாங்க. எதுக்கு நம்மை வெளியேத்துறாங்கனு தெரியாமலேயே, அந்த மக்கள் குழந்தைக் குட்டிகளோடு நடக்குறாங்க. பெண்கள், குழந்தைகள், வயசானவங்க கண்கள்ல மிரட்சி, பயம், எதையும் செய்ய முடியாதத் துர்பாக்கியம். என்னைத் தாங்க முடியாமப் பண்ணுதுப்பா. அந்த மக்கள்கிட்ட "நீங்க எக்கேடும் கெட்டுப் போங்க. என்கிட்ட மொழி பற்றி பேசுங்கன்னு சொல்ல, இரும்பாலே அடிச்சிருக்கலைப்பா என் மனசு?"

மிகுந்த யோசனைக்குப் பிறகு சூர்யா சொன்னாள். "வேண்டாம்... அந்த எழவெடுத்த வேலை, பார்த்துக்கலாம். இங்கே நடக்கிறது தெரியுமா, 'தகுதி' இல்லாத நபருக்குப் பெரிய பெரிய கான்ட்ராக்டை சுயலாபம் கருதி கொடுத்திருக்கார் சி. ஆர்.னு தகவல் பரவி என்கொயரி நடந்தது. சி. ஆர். தப்பிக்க முடியாத நிலை. நீண்ட விடுப்பிலே போனார்."

இந்த விவகாரங்களை காதிலேயே வாங்கிக்கொள்ளவில்லை டி. சி. பி.

"இந்த முறை நீ என்னோடு வர்ற. 'நான் ஏழெட்டுச் செடிகள் வளர்க்கிறேன்'னு சொல்றதே தப்பு. அதுங்க வளருது. நான் பார்த்துக்கிட்டிருக்கேன். நான் செய்றது எல்லாம் ஒரு வாளி தண்ணீர் வார்க்கிறது மட்டும்தான். அதுங்களோடு பேசுறேன். குழந்தையைப்போல தொடுறேன். அதுங்களுக்கு என்னைப் புரியுதா? புரியும்... நிச்சயம் புரியும். மனிதர்களால்தான் மனிதரைப் புரிஞ்சுக்க முடியலை. செடி, கொடி, மரம், நாய், பூனை எல்லாம் புரிஞ்சுக்கும். பச்சைக் கடுகு மாதிரி, பச்சைப் பயறு மாதிரி, இலை விடுறது ஆச்சரியம்பா... அதிசயம்பா!

ஒரு செடி, ஒரு இலைவிடுவது, அரும்பு வைக்கிறது. பூ பூக்கிறது, எவ்வளவு பெரிய சிருஷ்டி. அதைப் பார்க்கிறதே என் வாழ்க்கையின் பயன்னு நினைக்கிறேன்பா. நான் நிறைஞ்சு போயிடுறேன். அதுபோதும் என்னைச் சுத்தி 'எந்தப் பறவை இப்போ பேசினதுன்னு கேட்டா, என்னால சொல்ல முடியும்.

போதும்... இதுபோதும். இப்படியே வாழ்ந்துட்டுப் போயிடுறேன் சூர்யா."

டி. சி. பி. யின் கைகளைப் பற்றிக்கொண்டாள் சூர்யா. அவள் கண்களால் நிறைந்திருந்தாள்.

கடல் ஏனோ அமைதி அடைந்திருந்தது.

சூர்யா சொன்னாள். "சி. ஆர். ரோட இறுதி ஊர்வலத்துக்கு போயிருந்தேன்பா. ஒரு தகவல் எனக்குச் சொல்லப்பட்டது."

"........."

"சி. ஆர். சில மாசங்களா மாத்திரை மருந்தே சாப்பிடாமே இருந்திருக்கார். அதாவது மரணத்தை அவரே தேடிப் போயிருக்கார்."

டி. சி. பி. சொல்லத் தொடங்கினாள். "கங்கான்னு ஒரு சிநேகிதி. என் அடுத்த ரூம். அவள் ஒரு செடிகொண்டு வந்தாள். மலைச்சிகரங்கள்ல வளர்ற செடியாம். அது பேர் ஆகாசப் பூச்செடி. ஒரு சமயம், ஒரு பூ பூக்கும், நீலமும் வெள்ளையுமா ஆகாசம்போல. பூ எத்தனை அழகு! அடடா... எனக்குத் தோணுது, அந்தப் பூ மாதிரி ஆகாசமா மாறிடணும்னு. மேல மேல ஆகாசத்தையே லட்சியமா வெச்சுப் போய்க்கிட்டே இருக்கணும். போகணும்... போய்ச் சேரணும்."

சூர்யாவின் மடியில் தலை சாய்த்தாள் டி. சி. பி. காற்றில் சிதறிப் பறக்கும் அவள் தலைமுடியை நீவி விட்டுக்கொண்டு சொன்னாள். "உன்னால முடியும் பிரபா"

2017

இடம்

கிருஷ்ணன் மிகத் தாமதமாக வீடு வந்தான். சுமதி காரணம் கேட்கவில்லை. கணவனின் ஒவ்வொரு காரியத்துக்கும் காரணம் கேட்டு, அவனைப் பதில் சொல்லக் கடமைப்பட்டவனாக்கி, தன்னுடைய மனைவி ஹோதாவை நிலைபெறச் செய்யும் முயற்சியைத் தனக்கு இழிவு என்று கருதினாள் அவள்.

அவன் களைத்திருந்தான் என்று அவளுக்குப் புரிந்தது. "குளித்துவிட்டுச் சாப்பிடுகிறீர்களா?" அல்லது "அதற்கு முன்னால் காப்பி தரலாமா" என்று கேட்டாள்.

"காப்பி வேணாம்" என்று மறுத்துவிட்டான் அவன்.

"உடனே பெங்களூர் போக வேண்டியிருக்கிறது" என்றான் அவன்.

பெங்களூர் தலைமை அலுவலகத்தில், ஒரு முக்கிய அதிகாரி லஞ்சம் வாங்கி, கையும் களவுமாக மாட்டிக்கொண்டார். அதை விசாரிப்பதற்காகவும், மேல்நடவடிக்கை என்ன எடுப்பது என்பதையும் கவனிக்கக் காலையே அவன் புறப்பட வேண்டும் என்றான்.

"திரும்பி வரப் பத்துப் பதினைந்து நாட்களாகும்" என்றான்.

சாப்பிடும்போது, இறுக்கமான மவுனம் அவர்களுக்குள் நிலவியது.

"அம்மா தூங்கிட்டாங்களா?"

"தெரியலை"

மாமி தூங்கியிருக்கமாட்டாள். இவர்கள் பேச்சிலிருந்து யூகிக்க முடியுமா என்று கூர்மையாகக் கேட்டுக்கொண்டிருப்பாள்.

"நீ வேண்டுமானால், நான் திரும்பி வரும்வரை, உங்கள் வீட்டுக்குப் போய் இருந்துக்கோயேன். நான் திரும்பின பிறகு போன் செய்றேன். அப்புறம் வரலாம்."

அவன் புரிந்துகொண்டிருக்கிறான் என்று தெரிந்தது. சுமதிக்கும் அவன் அம்மாவுக்கும் அவ்வளவாகப் பொருந்தி வரவில்லை என்பதை அவன் அறிவான்தான்.

சுமதியின் மாமியார் அவ்வளவு மோசமானவள் இல்லைதான். மருமகளைக் கொடுமைப்படுத்துவதைக்கொண்டாட்டமாக நினைப் பவள் இல்லை.

இரண்டு பேரும் வேறு வேறு சூழ்நிலை, கல்வி, கலாச்சாரம், வயது போன்றவற்றால், கண்ணுக்குத் தெரியாத சுவரால் பிரிக்கப் பட்டார்கள். ஒரு கூரையின் கீழே வாழ நிர்ப்பந்திக்கப்பட்டதால் அவர்கள் மனசுக்குள் லேசான சங்கடங்களை உணர்ந்தார்கள். அவ்வளவுதான்.

"சரி நானும் ஊருக்குக் கிளம்பறேன். போன இடத்திலிருந்து அடிக்கடி போன் பண்ணிப் பேசுங்கள். வேலையில் மூழ்கிவிட்டால் உலகத்தையே மறந்துவிடுவீர்கள்."

"இல்லை, இல்லை. அவசியம் பேசுகிறேன்."

அவன் உண்மையாகத்தான் சொன்னான். சுமதி மேல் அவனுக்கு வெறுப்பு என்று ஏதும் இல்லை. வேலை மிகுதியில் மறந்துபோய்விடுதல் என்பது சொல்வதற்கு அழகாக இருக்கும். வெறும் சாக்குப்போக்குதான்.

வேலைகள் முடிந்து, சாப்பிட்டு அறைக்குத் திரும்பும்போது, சுமதியின் நினைவு அவனுக்கு வரும்தான். ஏனோ பேசுவதில்லை. பேச என்ன இருக்கிறது என்பதுதான் மனப்பான்மையாக இருக்கலாம். இதற்கு என்ன பெயர், சலிப்பா?

சுமதி, அவன் புறப்பட்டுப்போன பிறகு பஸ்ஸில் தன் அம்மா வீட்டுக்குப் புறப்பட்டு வந்துகொண்டிருந்தாள். ஜன்னல் ஓர இருக்கையில் இருந்தாள்.

பெங்களூரில் இருந்து அவன் பேச மாட்டான் என்பது அவளுக்கும் தெரிந்தே இருந்தது.

மாலை மயங்கும் நேரத்தில் சுமதி ஊர்போய்ச் சேர்ந்தாள். தெரு விளக்கும் எரியத் தொடங்கியிருந்தது. வாசலில் அமர்ந்திருந்த ஆண்களும் பெண்களும் ஆட்டோவில் வரும் விருந்தினர் யார் என்று பார்த்தார்கள்.

இந்தத் தெருக்களில்தான் அவள் நிலவொளியில் சடுகுடு விளையாடியிருக்கிறாள். கண்ணாமூச்சி விளையாடியிருக்கிறாள். இங்கே உள்ள பள்ளிக்கூடத்தில்தான் படித்தாள்.

ரவி என்கிறவன் அவளுக்குச் சினேகமானான். பள்ளிக்கூடத் தோழன். எத்தனை அன்பு செலுத்தினான்.

காரணம் சொல்வதற்கில்லை. வீட்டுக் கணக்குப் பாடங்களைப் போட்டுத் தருவான். இம்போசிஷன் எழுதித் தருவான்.

இப்போது வட இந்தியாவில் இரண்டு குழந்தைகளுக்குத் தந்தை. பெரிய என்ஜினியர். போனமுறை, இங்கே வந்தபோது அவன் வந்து பார்த்தான். பேசினான். பழைய ரவியாக இருந்தான். அதுதான் பிரச்சனை. அவள் பழைய சுமதி இல்லையே.

இங்குதான் அவள் வீடு. அவள் தந்தை தாய் வீடு. அவள் சொந்த மண். எந்த மண், மனிதர்க்குச் சொந்த மண்? பிறந்த மண்ணா? வளர்ந்த மண்ணா? எங்கே நேசிக்கும் நெஞ்சங்கள் இருக்கின்றனவோ, அது சொந்த மண்.

அம்மா வீடே சுத்தமாக மாறி இருந்தது. படுக்கை அறை, படுக்கைக்குக் கீழே இருக்கும் பயணப் பைகள் எல்லாம் தயார் நிலையில் வைக்கப்பட்டிருந்தன. ஒரே அமர்க்களம். சுமதியைப் பார்த்ததும் அம்மா திகைத்தாள்.

“என்னடி திடீர் என்று” என்றாள்.

“என்ன சமாச்சாரம், வீடே மாறிக்கிடக்கிறதே” என்று கேட்டாள் சுமதி.

“டூர் போறமே. காசிக்குப் போறோம். நாளைக்காலமே நாலு மணிக்குப் பயணம். இருபது நாள் டூர். சொல்லாமே கொள்ளாமே வந்து நிக்கறையே.”

“அவருக்கு திடீர்னு பெங்களூரில் வேலை. கிளம்பிட்டார். வர பத்து நாள் ஆகுமாம். அதுவரைக்கும் அங்க என்ன பண்றதுன்னு இங்க வந்துட்டேன்.”

அப்பா, அவள் சங்கடத்தை உணர்ந்துகொண்டார்.

"நீ இரேன். வேலைக்கார அம்மாவை வரச்சொல்லி, இஷ்டத்துக்குச் சமைச்சு சாப்பிட்டு இரேன். ஓய்வு எடுத்துக்கோ."

"அதைச் செய்"

"வேணும்னா, எங்களோட காசிக்கு வாயேன்."

"அது சாத்தியம் இல்லை. வேணாம்"

துணி, அப்பாவுக்கு சர்க்கரை நோய்க்கான மாத்திரைகள், தலைவலித் தைலங்கள், மாத்திரைகள் என்று ஒவ்வொன்றாக எடுத்து ஒரு பெட்டிக்குள் போட்டுக்கொண்டிருந்தாள் அம்மா.

தானே காப்பி போட்டுக்கொண்டுவந்து அமர்ந்தாள் சுமதி. அம்மா, நைட்டியில் இருந்தாள். அவளுக்கு இருபது வயது குறைந்தாற்போல இருந்தது.

ஒரு குழந்தையின் குதூகலத்துடனும் உற்சாகத்துடனும் இக் காரியத்தை மேற்கொண்டிருந்தாள் அவள். அம்மா, மிகுந்த முன் யோசனைக்காரி. மாமியார் நாத்தனார்களின் கூட்டம் என்று இருந்த கூட்டுக் குடும்பத்தில் வாழ்க்கைப்பட்டவள் அவள்.

பகலில் புருஷனிடம் பேசக்கூட அஞ்சும் ஆசாரக் குடும்பம். இரவுகளில் மட்டுமே, இருட்டில்கூடிக் கிசுகிசுக்கும் குருட்டுக் காமம். அடுத்தடுத்துப் பிறந்த இரண்டு ஆண் குழந்தைகளும் நோய் மூட்டைகள், அதுகளுக்கு வைத்தியம் பார்த்து, பட்டினி கிடந்து,தான் மருந்துண்டு ஆளாக்கியபோது சுமதி பிறந்தாள். எல்லாவற்றையும் படிப்பித்து, உத்தியோகம், வேலை, குடும்பம் என்று அமைத்துக் கொடுத்து,தான் உண்டு, தன் கணவர் உண்டு, தன் வீடு உண்டு என்று வாழ்கிற அம்மா. அவள் ஒருமுறை சுமதியிடம் சொன்னது ஞாபகத்துக்கு வருகிறது. இப்பதாண்டி என் வாழ்க்கையை நான் வாழறேன்."

அவள் வாழ்க்கையை அவள் தேர்ந்துகொண்டு வாழ அவளுக்கு முப்பது ஆண்டுகள் ஆகியிருக்கின்றன. அந்தச் சந்தோஷம் அம்மாவின் நாடி நரம்புகளில் ஓடுவது தெரிகிறது. வெளிப்படையாகவே தெரிகிறது.

அம்மா, தானே சர்க்கரை இல்லாத, எலுமிச்சை பிழிந்த டீ போட்டுக்கொண்டு இவள் பக்கத்தில் அமர்ந்தாள்.

"போன் செய்ய மாட்டேன் என்கிறாயே, ஏன்?"

"நீ போன் செய்யறதுக்கென்ன?"

"எனக்கு என்ன? நீ அப்படியா? மாமியார் கணவன் என்று இருக்கிறாய். எப்போ பேசும் மனநிலையில் இருக்கிறாய் என்று எனக்கு எப்படித் தெரியும். நீதான் பேச வேண்டும்."

இதிலும் தீர்க்கமாகவே சிந்தித்து வைத்திருக்கிறாள் என்பது புரிந்தது.

"நான் என்ன செய்யட்டும். நீயே சொல்லு."

"எது விஷயமா?"

"நீங்கள் எல்லாம் காசிக்குப் போன பின்னால், நான் என்ன பண்ணட்டும்?"

"அதுவா? அதை நீதான் தீர்மானிக்க வேணும். தனிமை ரொம்ப ருசி. அதை அனுபவிக்கக் கத்துக்கோ. எந்த அளவுக்குத் தனிமை உனக்குக் கிடைக்கிறதோ, அந்த அளவுக்கு நீ உன்னோடு நெருக்க மாக்கிக்கலாம். மற்ற உறவுகள் எதுவும் சாஸ்வதம் இல்லை. தாய், மகள், கணவன் மனைவி உறவு எல்லாமும்தான். இரு. நிம்மதியா இரு. சாப்பிடு, தூங்கு... பாட்டு கேள்... வாக்கிங் போ... காலத்தை இப்படி நகர்த்து."

சுமதி, ராத்திரி, அவள் அறையில் படுத்து யோசித்தபோது, மங்களா ஞாபகம் வந்தது. மங்களா ரவியைப்போலவே நல்ல பொன்வண்டைப் பிடித்து அட்டைப் பெட்டிக்குள் வைத்து விளையாடும் பையன்களோடும் பெண்களோடும் அவள் விளையாட மாட்டாள். இப்போது, சமூக சேவை செய்யும் நிறுவனத்தில் சேவை செய்துகொண்டிருந்தாள்.

போன முறை, ஊருக்கு வந்த சமயத்தில், பஸ் மாற அல்லிக் குளத்தில் இறங்கி, நின்றுகொண்டிருந்த சந்தர்ப்பத்தில், திடுமென எதிர்ப்பட்டாள். "அடியே சுமதி" என்று அணைத்துக்கொண்டாள்.

பக்கத்தில், கிராமத்தில் ஒரு தலித் பெண்ணைப் போலீஸ் காரர்கள் இருவர் பாலியல் பலாத்காரம் செய்ததாகவும், அந்தப் பெண்ணுக்கு இவள் மையம்தான் ஆதரவளித்து, வழக்கு நடத்துவ தாகவும் சொன்னாள். வழக்கு விஷயமாகச் சென்னைக்குப் போய்க்கொண்டிருப்பதாகச் சொன்னாள்.

அரை மணி நேரம் பேசிக்கொண்டிருந்தார்கள். முகவரி கொடுத்தாள். தனியாகத்தான் இருக்கிறாள். அழகிய சிறுகுன்று. குன்றின் மேல் வீடு, கல்யாணம் பண்ணிக்கொள்ளவில்லையாம். காரணம் என்ன என்றாள் சுமதி. காரணம் இருந்துதான் ஆக வேண்டுமா என்று சிரித்தாள் மங்களா. எனக்கு அதுபற்றிச் சிந்திக்க வாய்க்கவில்லை என்றாள்.

மங்களாவுடன் பத்து நாட்களைக் கழித்துவிடலாம் என்ற எண்ணம், சுமதிக்குச் சந்தோஷம் தந்தது. சரியான இடம் அதுதான். அம்மா சொன்னதுபோல நான் என்னோடு பேச, நான் என்னைப் பார்க்க, அந்தச் சந்தர்ப்பத்தைப் பயன்படுத்திக்கொள்ள வேண்டும்.

உற்சாகத்துடன், காலையில் எழுந்தாள். தோட்டத்துப் பூக்களைப் பார்த்துப் புன்னகைத்தாள். குளித்தாள். அம்மா, அப்பாவிடம் சொல்லியபடியே புறப்பட்டாள்.

மூன்று மணி நேரப் பயணம் செய்து முடித்து பஸ்ஸை விட்டு இறங்கி, முருகன் குன்றுக்கு நடக்கத் தொடங்கினாள். நல்லவேளை வெயில் இல்லை. மணி பத்துக்குள்தான். வழியில், ஒரு கிளப்பில், இட்லியும் காப்பியும் சாப்பிட்டாள்.

பாரம் அதிகம் இல்லாமையால், அவளால் சுலபமாக மலையேற முடிந்தது. சின்ன மலைதான். மலையில் சின்னது பெரியதல்ல. மண்ணைவிடப் பெரிதானதெல்லாம் மலை. மலைப்பை ஏற்படுத்து வது மலை.

கொஞ்ச நேரம் ஏறியவுடனே, ஊர், மரங்களுக்குள் மறைந்து போனது. மனிதர்கள், பொம்மைபோல ஆனார்கள். காற்று வலுத்து மோதியது

வீடு, கண்டுபிடிக்கக் கஷ்டமாக இல்லை. ஓடு போட்ட சின்னதான வீடு. கதவு பூட்டி இருந்தது. தண்ணீர் பிடித்துப் போகும் பெண் ஒருத்தி இவளைக் கண்டவுடன் நின்றாள்.

"இங்க மங்களான்னு ஒரு அம்மா"

"நீங்க அந்தம்மாவுக்குச் சொந்தங்களா?"

"ம்... ஆமாம். சொந்தம்தான்."

"ஐயோ, நேத்து ராத்திரி போலீசுக்காரங்க வந்து அழைச்சுட்டுப் போனாங்கம்மா."

"போலீசா. எதுக்கு?"

"எதுக்கு. பாவப்பட்ட பொம்பிளைகளுக்காகப் பாடுபடுதுங்க. அதனாலதான்."

"எப்ப வருவாங்கன்னு தெரியுங்களா?"

"யாருக்குங்க தெரியும்? கடவுள்தான் நம்ம பக்கம் இருக்கணும். கடவுள்கூட கெட்டுப் போயிட்டாருங்க. அயோக்கியங்க பக்கம்தான் இருக்காரு."

தலைச்சுமையோடு நிற்கும் அந்த அம்மாவை அதிக நேரம் நிற்க வைக்கக்கூடாது என்று சுமதிக்குத் தோன்றியது.

"ரொம்ப நன்றிங்க."

"என்னத்துக்குங்க இதுக்கு நன்றி. அந்த மங்களம்மா இல்லைன்னா என்ன, எங்க வீட்டுக்கு வாங்களேன்."

"இருக்கட்டும்."

மங்களம், நல்ல ஜனங்கள் மத்தியில் இருக்கிறாள் என்பதை நினைக்க மகிழ்ச்சியாக இருந்தது.

மலை விட்டுக் கீழிறங்கினாள்.

எந்த இடத்துக்குப் போவது? குழப்பமாக இருந்தது. தமக்கென்று இடமே இல்லைபோலத் தோன்றியது. அல்லது தனக்கான இடம் எது என்று தோன்றியது. அப்படியான இடம் ஒன்று இருந்தால், அதற்கு எப்படி வழி?

பஸ் ஸ்டாண்டில் நிறைய வண்டிகள் வருவதும் போவதுமாக இருந்தன. திகைத்துப்போய் நின்றிருந்தாள் சுமதி.

2014

ஏழாம் நாள் சலவைச் சட்டை

மூர்த்தி அந்தரத்தில் தொங்கியபடி, வானவெளியில் பறந்துகொண்டிருந்தான். பறந்துகொண்டிருந்தான் என்றும் எப்படிச் சொல்வது? ஆணியில் மாட்டிய சட்டையைப்போல, ஒரு பிரமாண்ட பறவையின் அலகு முனையில் கவ்வப்பட்டிருந்தான். அந்தப் பட்சி அவனைத் தூக்கிக்கொண்டு பறந்து கொண்டிருந்தது. கைகள் கால்களைக் காற்றில் அலைத்துக்கொண்டிருந்தான். ஒரு மனிதனை ஒரு பறவை தூக்கிக்கொண்டு பறப்பதாவது. ஆனால், அது நிகழ்ந்தது.

யானைபோல் பருத்தும், ஒரு ஒட்டகச் சிவிங்கிக்கு இறக்கை முளைத்தாற்போலவும் ராட்சஸத்தனமாகவும் இருந்த அந்தப் பறவை ஒரு கண்ணால் அவன் தவிப்பையும் அலறலையும் பார்த்து ரசித்தபடியும், மறுகண்ணால் வானவீதியைக் கவனித்தபடியும் பறந்தது. பறவையின் இறக்கையின் அசைவிலிருந்து பெரும் புயற்காற்று எழுந்து அவனைத் திக்கு முக்காட்டியது.

"நீ யார், என்னை எங்குகொண்டு போகிறாய்." என்றான் மூர்த்தி.

அது, அலகில் இருந்து அவனைத் தன் இடது காலில் பற்றிக்கொண்டு சொல்லியது.

"காலகண்டரின் தூதுவ கணங்களில் நான் ஒருத்தி. என் பெயர் காலாசாட்சி. நீ இப்போது புறப்பட்ட இடம் நோக்கிப் போய்க்கொண்டிருக்கிறாய்."

"சூனியத்தை நோக்கியா?"

"அங்ஙனம் என்றால்?"

"ஒன்றும் இல்லாமையை நோக்கியா" என்று கேட்டான்.

"ஒன்றும் இல்லாததா அல்லது எதுவும் இல்லாததா?"

"ஒன்றும் இல்லாததுதான் சூன்யம் என்று படித்திருக்கிறேன்."

"கற்றது கைமண் அளவு. உனக்குத் தெரியாதது, விளங்காதது என்று சொல். இல்லாதது என்று எப்படிச் சொல்கிறாய்?"

"அப்பாலுக்கு அப்பாலைப் பாழ் என்றுதானே சொல்ல முடியும்.

இட்டு நிரப்பப்படாதது பாழ், நிரப்பப்படத்தானே நீ வருகிறாய்."

"நான் சொர்க்கம் போகிறேனா?"

"அப்படியும் நினைக்கிறாயா என்ன. ஓர் உலகம் உனக்குண்டு. அது எது என்று நான் அறியேன். காலகண்டர் மட்டுமே அறிவார்."

"அநியாயமாக இருக்கிறதே. முப்பதுகூட முடியாத வயதினன். நோய் நொடி ஏதும் இல்லை. என் மனைவி அம்மா வீட்டுக்குப் போயிருக்கிறாள். பொங்கல் முடிந்து வருவதாக ஏற்பாடு. அதற்குள் என் விதி முடிகிறது சரியா? நாளைக்கு ஒப்படைக்க வேண்டிய அரசுக் கோப்பு, முக்கிய கோப்பு என் வசம் அல்லவா இருக்கிறது. அதை முடிக்காது போனால் அலுவலர்களுக்குச் சம்பளம் போடத் தாமதமாகுமே. கேசவன் கைமாத்தாக என்னிடம் வாங்கிய இரண்டாயிரம் என்னவாது? உடம்பில் இச்சையும் உணவில் காமமும் கொண்ட என் அகம் அழியும் முன்பு, நான் இல்லாமலே போவது என்ன நீதி. உங்கள் உலகத்திலே தராசுகளே கிடையாதா?"

"அதென்ன எல்லோருமே நூறு வருஷம் கேட்கிறீர்கள். துளிர் உதிர்ந்து சருகு நிலைபெறுவதை நீ கண்டதில்லையோ. மனிதக் காலடியில் நசுங்கி உயிர் விடும் லட்சோப லட்சம் உயிர்களுக்கு என்றேனும் நீ பச்சாதாபப் பட்டதுண்டா? வயிற்றை உயிர்களின் கல்லறை ஆக்கிச் சுகமாக வாழ்வது பற்றிய புகார்கள் உன்னிடம் இருந்து வந்ததுண்டா? உன் உயிர் என்ன பொன்னால் வேய்ந்து வைர ஆணி அடிக்கப்பட்டதா? அந்த வரிசையில் நாம் போகிறோம். உனக்கு மட்டும் என்ன?"

வெள்ளை மேகக் குளங்களின் ஊடாக அவன் கடந்து மிதந்தான். அவன் தக்கையாய் ஒரு கிழிந்த காகிதம்போலத் தன்னை உணர்ந்தான்.

"நான் இறந்து விட்டேனா?"

"வாழ்ந்தவர்களே இறப்பார்கள்."

"நான் வாழ்ந்தவனா, அல்லவா?"

"இன்றைக்கு ஏழாம் நாள் உனக்கே தெரியும்."

"என்ன தெரியும் என் முடிவா?"

"முடிவா, தொடக்கமா எனக்குத் தெரியாது. விதி ஓலை, ஏழாம் நாள் கிழிகிறது. ஏழு சமுத்திரங்கள் வற்றும் ராட்ச நாய்க்குடைகள் நஞ்சைக் கக்கும். பிராண வாயுவை ஊடாகப் பிளந்து நீலம் பாரிக்க வைக்கும், காலனின் ஆலவிஷம்."

ஏதிரே செருக்கு அடக்கப்படாத விந்திய மலை உயர்ந்து நின்றது. அவன் நிமிர்ந்து அதன் உச்சியைப் பார்த்தான். கழுத்து வலித்தது. உச்சியை அவன் காண முடியாது மிரண்டான்.

எதிரே மலை எழுந்து நிற்கிறது. ஒன்று நீ தரைக்கு இறங்க வேண்டும் அல்லது உச்சிக்கு மேலே பறக்க வேண்டும். இல்லையென்றால் என் உடம்பு மலையில் மோதுண்டு சிதறும், பத்திரம். நான் சொல்வது கேட்கிறதா. ஐயோ, மலை நெருங்குகிறது. என்னை மோதப் பார்க்கிறாய்... நிறுத்து. பறப்பதை, நிறுத்து...

அந்தப் பறவை நிறுத்துவதாக இல்லை. திறந்த வாசல் வழியாக நுழைவதுபோல, அது மலை மேல் மோதலாயிற்று. அவன் சிதறிச் சுக்கலாகிக் காற்றில் பறந்தான். கிழித்தெறிந்த காகிதம்போல.

'ஐயோ... நான் செத்தேன்.!'

அவன் படுக்கையில் எழுந்து அமர்ந்தான். உடம்பு வியர்த்திருந்தது. படபடப்பு போகவில்லை. உடம்பு உதறியபடி இருந்தது. எழுந்து தண்ணீர் குடித்தான். மீண்டும் படுக்கையில் அமர்ந்தான். கனவை நினைவுக்குகொண்டு வந்தான். காலகண்டன் தூது வாழ்வு குறித்த தத்துவப் பேச்சு. விதி ஓலை ஏழாம் நாள் கிழிகிறது.

பக்கென்று வியர்த்தது. இன்றைக்கு ஏழாம் நாள். நான் சாகப் போகிறேன். அவனை அறியாமல் எழுந்து நடந்தான். படுக்கை

அறையிலேயே மேலும் கீழும் நடந்தபடி இருந்தான். நடந்து நடந்து கால் வலித்தது. ஜன்னல் வழி வானம் தெரிந்தது. விடிந்த வானம். காலைக் கனவு பலிக்கும் என்று வேறு சொல்கிறார்களே. ஏழாம்நாள்! ஏழு, அவனது துயர எண்ணா?

அவன் சட்டையை மாட்டிக்கொண்டு கதவைச் சாத்திக்கொண்டு காப்பிக் கடைக்குச் சென்றான். காப்பிக்குச் சொல்லிவிட்டுக் காப்பி கடையை ஒட்டிய பெட்டிக்கடையில் மாட்டியிருந்த போஸ்டர் செய்திகளைப் பார்வையிட்டான். யாரோ ஒரு சாமியார் பாலியல் சம்பந்தக் குற்றத்துக்காக ஏழாண்டு சிறைத் தண்டனை பெற்ற செய்தி வெளியாகி இருந்தது. என்ன கஷ்ட காலம். ஏன் எட்டு வருஷமோ அல்லது ஆறு வருஷமோ தண்டனை கொடுத்திருக்கக்கூடாது? என்ன நீதித் துறை.?

காப்பி நன்றாகவே வாய்த்திருந்தது. வாரத்தில் சில நாட்களில்தான் அப்படிக் காப்பி, காப்பியாக இருக்கிறது. சேர்மானம், சரியாக சரியான விதத்தில் அமைய வேணும். நல்லதைச் சொல்ல வேண்டும் என்று கடைக்கார கிஷ்டன் நாய்க்கரை அணுகினான். அவர், இன்னொரு நடுவயதினராகத் தோன்றிய ஒருவரைப் பார்த்து "என்ன நாணயம் கெட்ட மனுஷன் நீர். நேத்தியோட எழுபது ரூபாய் பாக்கின்னு சொன்னேன். எழுபதையும் மொத்தமாவா கேட்கிறேன். தினம் ஏழு ரூபாயாக் கொடுங்களேன். ஏழு வெறும் ஏழு. கொஞ்ச நாள்லே குளோஸ் ஆயிடாதா என்று பேசிக்கொண்டிருந்தார். உடனடியாகப் பெட்டிக் கடையிலிருந்து அவன் ஒரு சிகரெட் வாங்கிப் பற்ற வைத்துக்கொண்டான். மூன்று தீக்குச்சிப் பிறகுதான் பற்ற வைத்துக்கொள்ள முடிந்தது. சில்லறையைக் கொடுக்க வேண்டி "எவ்வளவு" என்றான். நாயக்கர், "ஏழு ரூபாய்" என்றார்.

"காப்பிக்கு மூணு, சிகரெட்டுக்கு மூணு ஆக ஆறுதானே" என்றதுக்கு, "நேத்து நூறு ரூபாய் கொடுத்துச் சில்லறை கேட்டீங்க. நான் இல்லேன்னேன். இருக்கிற சில்லறைகளைப் பொறுக்கி ஆறு ரூபாய் கொடுத்துட்டு, ஒத்தை ரூபாயை நாளைக்குத் தர்றதாச் சொன்னீங்க. அதான் ஏழு என்றார்.

அவன் ஏழு ரூபாயைக் கொடுத்துவிட்டு அகன்றான். கண்ட கனவு பலிக்கும்போலத்தான் இருக்கிறது. பொறுமையாகவே நடக்க முடிந்தது. தெருத் திருப்பத்தில் சைக்கிள் கடை வடிவேலு அவனை நிறுத்தினான். சைக்கிள் டயருக்குப் பஞ் ச்சர் ஒட்டிக்கொண்டிருந்தான் வடிவேலு. அவனுக்கு முன்னால்,

தெருவில், பத்துப் பனிரெண்டு வயதுச் சிறுவன் முழங்கால் போட்டிருந்தான். பையன் கண்கள் கலங்கி இருந்தன.

பாருங்க சார், முளைச்சு மூணு இலை விடலை. அதுக்குள்ளாறே திருட ஆரம்பிச்சுட்டான் இந்த பேமானி.

அந்தச் சிறுவனைப் பார்க்கப் பரிதாபமாக இருந்தது மூர்த்திக்கு.

"என்ன திருட்டு?"

"சைக்கிள் வாடகைக்கு வந்த காசு. நேத்து வீட்டுல நம்ம பாப்பாவைப் பெண் பார்க்க வந்தாங்க சார். கடையைப் பார்த்துக்கன்னு இந்தக் கம்மனாட்டிக்கிட்டச் சொல்லிட்டு வீட்டுல இருந்துட்டேன். அதுல ரூபா எடுத்துப் போயி பரோட்டா சாப்பிட்டு, ரெண்டாவது ஆட்டம் சினிமாவுக்குப் போயிருக்கு சார் இந்த நாயி?"

"எவ்வளவு ரூபா?"

"ஏழு. கரீட்டா ஏழு ரூபா சார்."

"அது என்ன கணக்கு ஏழு? பத்தா இருக்கும். எட்டா இருக்கும்."

"இல்ல சார். சைக்கிள் "அவர்" கணக்குப்படி ஏழுதான். என்ன சார், பாதி சிகரெட்டை அப்படியே போட்டுட்டீங்க."

"அதா விழுந்துடுச்சி. சரி விடுங்க. சின்னப் பையன் அழறான் பாருங்க. இனிமேல, தப்பு செய்ய மாட்டான்."

"சார் சொல்றதாலே ஒப்புக்கிறேன். எழுந்திரு. அந்த வீலைக் கழற்று."

மூர்த்தி, வீட்டுக்குத் திரும்பினான். அவன் கவனம் காலண்டரில் சென்றது. மாதத்தின் கடைசி நாளாக அது இருந்தது. அடுத்த ஏழாம் நாள் சனிக்கிழமையாக இருந்தது. கிழமையின் பெயருக்கு ஏற்றாற்போலத்தான் காரியம் நடக்கிறது. சனிக்கிழமை இறந்தால், நண்பர்களும், உறவினர்களும் மகிழ்ச்சியடைவார்கள். அடுத்த நாள் ஞாயிற்றுக் கிழமை ஆகையால், விடுமுறை எடுக்க வேண்டிய அவசியம் இல்லை அவர்களுக்கு. அம்மா ஊருக்குப் போயிருக்கும். சுமதிக்கு விஷயம் எப்படித் தெரியும்? இரண்டு நாளாகச் சாத்தப்பட்ட வீட்டுக் கதவைப் பார்த்து பக்கத்து வீட்டுக்காரர் காவல்துறைக்குத் தகவல் கொடுக்கிறார். காவலர்கள் வந்து கதவை உடைக்கிறார்கள். டாக்டர் வருவிக்கப்படுகிறார். அவர் நாடியைப் பார்த்து இறந்து இரண்டு நாட்கள் ஆகிவிட்டது

என்று ரிப்போர்ட் தருகிறார். அப்படியானால் அது திங்கட்கிழமை என்று ஆகிறது. ஆபீஸ் நண்பர்கள் மலர் வளையம் வைத்து விட்டு எஞ்சி இருக்கும் நாளைக்கொண்டாடலாம் என்று சினிமாவுக்கோ, கொடுக்கப்படாத நூலகப் புத்தகங்களைத் திருப்பித் தரவோ செல்லலாம். அழுக்கைத் துவைக்கப் போடுவார்கள். நிம்மதியாக ஆசுவாசமாகப் பேப்பர் மேய்ந்து, முடிவினைஞர் அழைக்கும்போது எழுந்து சென்று முடி வெட்டிக் கொள்வார்கள். சிலர், சும்மா தெருவில் சுற்றிப் பராக்குப் பார்த்தபடி சந்தோஷமாக அந்தக் கணங்களை அனுபவிப்பார்கள்.

சுமதிக்குத் தாமதமாகவே செய்தி போகும். பத்திரிகை, தொலைக்காட்சி எதுவும் அவன் மரணத்தைச் செய்தியாக வெளியிடாது என்பது நிச்சயம். “என்னை நட்டாற்றில் விட்டுவிட்டுச் சென்று விட்டீர்களா” என்று அவள் அழுவாளாக இருக்கும். ஆறு என்பது வழி. நட்டாறு என்றால் நடுவழி. வழியின் இறுதி என்பதுதான் எது? அவனே, வழியின் பாதியில் வந்து இணைந்தவன்தானே?”

அவன் நண்பர் ஒருவர் மறைந்தபோது, அவர் மனைவி “என்னை இப்படி நடுத்தெருவில் நிறுத்திட்டுப் போயிட்டீங்களே என்று அழுதாள். பெரும்பாலான பெண்கள் இப்படித்தான் அழுவார்கள் போலும். நடுத்தெருவும் நட்டாறும் பெரும்பாலும் பொருளாதார அர்த்தம்கொண்ட வார்த்தைகள் சௌகர்யமாக வாழ்வதற்கான பணம் சேர்த்துக் கொடுத்துவிட்டுச் செத்துப் போனால் என்ன சொல்லி அழுவார்கள்? மூர்த்தி, ஒரு கோடிப் பணத்தை பாங்கில் போட்டு வைத்துவிட்டுச் செத்துப் போனால், சுமதி நீங்கள் இல்லாமல் அந்தப் பணம் எனக்கெதுக்கு என்று அழுவாளாக இருக்குமோ? ஆனால், தான் இருந்து சுமதி இறந்தால் மூர்த்தி என்ன சொல்லி அழுவான். நட்டாறு, நடுத்தெரு கட்டாயம் இல்லை. வேறு என்ன? வேறு என்னவாக இருக்கும். எதுவானாலும் வாழ்க்கை பற்றிய பயம் இருக்காது. துயரம் இருக்கும். ஆண்கள் செத்தாலும் பெண் மக்களே அதிகம் துயரப்படுபவர்கள்.

வெளியில் இருந்து யாரோ அழைப்பு மணியை ஒலித்தார்கள். அவன் ஒரு கணம் திகைத்தான். அழைப்பு இப்போதே வந்து விட்டதோ என்ன, இருக்காது, விதி, சத்தியத்துக்கு இசைவது. சௌகரியத்துக்கு நடவாதது. அவன் போய்க் கதவை திறந்தான். வேலைக்காரப் பெண்மணி மல்லிகா. அந்த அம்மாள், பின்பக்கம் சென்று விளக்குமாறு எடுத்துக்கொண்டு வந்து கூட்டத் தொடங்கினாள்.

"அம்மா என்னைக்கய்யா வராங்க?"

"லீவ் முடிஞ்சு வர்றதா சொன்னாங்க. இன்னும் பத்து நாள் ஆகும்."

மல்லிகா நேற்று வராதது ஞாபகத்துக்கு வந்தது.

"எங்கே நீ, நேத்திக்கு வரல்லை."

"எங்க சின்ன மாமனார் செத்துப் போச்சுங்கய்யா. நல்லாதான் இருந்தாரு. மார் வலிக்குன்னாரு. ஏழாம் நாள் போய்ச் சேர்ந்துட்டார்."

"இதுவும் ஏழாம் நாள்தானா?"

"ஆமா, சொல்லிவச்சா மாதிரி ஏழாம் நாள்தான். அவன் முடிவு பண்ணிவிட்டானா? ஏழு கடல் தாண்டி ஏழாவது கடல் நடுவில் இருக்கிற குகைக்குள்ளாற இருக்கிற வண்டுகிட்டே, உயிரைக்கொண்டு வச்சி மறைச்சாலும், கண்டுகிடுவான்."

"யார்?"

"அவன்தான், யமன் தருமராசா! எருமை மேல வர்ற அருமை ராசா"

மல்லிகா அம்மாள், இந்த அளவு இது மாதிரி சமாசாரத்துக்குச் சிரிக்க வேண்டிய அவசியம் இல்லை.

"அழுக்கை எடுத்துப் போடுங்களேன். துவைச்சுக் கொடுத்திட்டுப் போயிடறேன்."

அவன் குளிக்கப் போனான். அழுக்கைப் போட்டான். மல்லிகா துவையலுக்காகக் குளியல் அறைக்குள் புகுந்தாள். அவன் புதிய பேன்ட்டையும் சட்டையும் அணிந்துகொண்டான். வயிறு பசிக்கத்தான் செய்தது. வயிற்றுக்கு 'ஏழு' தெரியாது போலும். மல்லிகாவிடமும் வீட்டுச் சாவி இருந்தது. காத்திருக்க வேண்டிய அவசியம் இல்லை. அவன் உணவுண்ண லட்சுமி விலாசத்துக்குப் புறப்பட்டான்.

இரண்டாம் வகுப்புக்குப் போகப் போகும் குழந்தை தாம் இல்லாததை எப்படி எடுத்துக் கொள்வான்? குழந்தைக்கு நிகழ்காலம் தவிர்த்து வேறு என்ன தெரியும்? செல்வதும் சென்றதும் பதியாத பருவம்.

சாப்பிட்டுத் திரும்பி வரும்போதே களைப்பு காரணமாகவோ சோர்வு காரணமாகவோ அவனுக்கு உறக்கம் வந்தது. கைலி உடுத்திக்கொண்டு படுத்தான். உடனடியாக உறங்கிப் போனான். எழுந்தபோது மணி மாலை ஐந்தை நெருங்கிக்கொண்டிருந்தது.

சுவர்க் கடிகாரத்தையும், அறைக்குள் பரவி இருந்த இருட்டையும் கண்டு இன்னும் விடியவில்லை என்றே நினைத்துக்கொண்டான். புரண்டு படுக்கையில் அவன் நினைவு திரும்பியது. எழுந்து உட்கார்ந்தான்.

காலம் குழம்பிக்கொண்டு வருகிறது.

இரண்டாம் நாள் காலை வழக்கம்போலக் காப்பி சாப்பிடப் போனான். நாயக்கர், இன்னா உம்பு கிடம்பு சரியில்லையா என்றார். ஏன் நன்றாகத்தானே இருக்கிறேன் என்றான் மூர்த்தி.

"முகம் என்னவோ போல் இருக்கிறதே."

"அப்படியா?"

ஏதோ சொல்லி வைத்த விஷயங்கள் ஒன்றன்பின் ஒன்றாகக் கிரமப்படி நடப்பதாகவே தோன்றியது. கிரமம் என்ற சொல் தோன்றியவுடன் கிரகம் என்ற சொல்லும் உடன் தோன்றியது. அவன் அன்று மதியம் அவனுக்குத் தெரிந்த ஜோசியரைப் பார்க்கச் சென்றான். ஜோசியர், வெற்றிலை மென்றுகொண்டிருந்தார். ஒரு நல்ல சாப்பாட்டுக்குப் பிறகு உண்ணப்படும் வெற்றிலை அது என்று அவர் முகம் சொல்லியது. அவன் தாத்தா எழுதி வைத்திருந்த ஜாதகத்தைத் தந்து பார்க்கச் சொன்னான். அவர், ஒரு பேப்பர் பேடை எடுத்து வைத்துக்கொண்டு கணக்குப் போடத் தொடங்கினார். எண்கள் அதில் ஏழும் இருக்கும்தான். அவன் படபடத்த மனசுடன் அமர்ந்திருந்தான். திடுமென ஜோசியரின் முகம் இருண்டதாக இவனுக்குத் தோன்றியது. அவர் அவசரமாக எழுந்து அறைக்குள் சென்றார். சற்று நேரத்தில் ஓர் ஓலைச்சுவடிக் கொத்துடன் திரும்பினார். அதை அவிழ்த்து சிலவற்றைப் படித்துப் பிறகு ஒன்றைத் தேர்ந்து எடுத்தார். கண்ணுக்கு அருகில் வைத்துக்கொண்டு படிக்கத் தொடங்கினார்.

"வாழ்வான வாழ்விதிலே வந்த சோகம்
வரக்கூடா இடியைப்போல் வந்ததப்பா
தாழ்வான இடம் நோக்கித் தண்ணீர் பாயும்
தடம்மாறி விதிக் கால்கள் நடப்பதில்லை
பாழ்வெளியில் படுத்திருக்கும் பரமன் சொற்கள்
பலித்திடுமே, ஏழாம்நாள் தெரியும் சேதி.
சூழ்ந்திடுவாய் சிவன் நாமம், காலகண்டன்
சூழ்ச்சிக்குத் தப்பிப்பாய் சிவாயமென்றே..."

படித்து முடித்து விட்டு எல்லை இல்லாச் சோகத்துடன் அவன் முகத்தை ஏறிட்டார்.

“சுவடி என்ன சொல்லுது ஜோசியரே?”

“என்னத்தைச் சொல்றது?” என்றபடி, வீட்டுக்கூரையைப் பார்த்தார். வீட்டுக்கூரை, வீட்டுக் கூரையைப்போலத்தான் இருந்தது. அங்கிருந்து, ஜோசியருக்கு ஞானம் இறங்கிவரும் போலும். புருவம் உயர, முகம் மோனத்தில் லயித்து ஞான லகரியில் தோய்ந்தாற்போல விகசித்தது. அருள் வந்தாற்போலவும் வெகு தூரத்தில் இருப்பவனைப் பார்ப்பதுபோலவும் அவனைப் பார்த்தார். அவர் இதழ்களிலிருந்து மெல்லிய வார்த்தைகள் தழுவியபடி வந்தன.

“அன்று எழுதியதை எவனால் அழிக்க முடியும். அவனாலும் இவனாலும் முடியாது. சிவனால் முடியும். வாரம் என்கிற ஏழு நாட்கள் சூரியனில் தொடங்கி சனியில் முடிகிறது”

அவன் அவரை வெட்டிக்கொண்டு கேட்டான்.

“சனியில் கட்டாயம் முடியத்தான் வேண்டுமா?”

ஜோசியர் பொன்மயமான புன்முறுவல் பூத்தார்.

“விதி அதுதானே. அவன் எழுதிய ஓலைகள், மலை மலையாக எமனின் முன் கொட்டிக் கிடக்கின்றன. அவன் ஒரு கொத்து ஓலைகள் எடுக்கிறான். கிழிய வேண்டிய ஓலைகளே அவன் கைக்குத் தட்டுப்படுமாம். அதுதான் அவன் பெற்ற வரம். முதலில் கிழிய வேண்டிய ஓலை எதுவோ அது முதலில் வரும். வரும் வரிசையில் அல்ல. நாம் போகும் வரிசை. சருகுகள் முதலில் உதிர்தல் என்பது நம் கணக்கு. அவனுக்குச் சருகும் தளிரும் ஒன்றுதான். நீங்கள் ஒன்றும் கவலைப்பட ஏதும் இல்லை. லேசான துன்பம் வரும். யாருக்குத்தான் வரவில்லை. மலைபோல் வருவது பனிப்போல் அகலாதா?”

எனக்கொன்னும் பயமில்லை என்றான் இவன். தொடர்ந்து கேட்டான்.

“விதியை மதியால் வெல்ல முடியுமாமே, சொல்கிறார்கள்”

“அப்படித்தான் சித்தர்கள் சொன்னார்கள். வள்ளுவரும் சொன்னார். விஷயம் என்னவென்றால் மதிகூட விதிவழிதான் நடக்கும் என்பதுதான் பிரச்சனை. கேடு வரும் பின்னே, மதி கெட்டு வரும் முன்னே என்கிறதும் உண்மைதானே? ஆனாலும், மதி என்கிறது சிந்தனை தற்காப்பு, அது ஒரு சின்னக் குடை மாதிரி, பெருமழைக்கும் பெரும்புயலுக்கும் முன்னால், சின்னக் குடை தாங்குமா? ஆனால் மழைன்னா, குடை வேண்டித்தானே இருக்கு. மதி, தடுத்திடும்னு தோணலை. ஆனாலும் விலக்கி வைக்கும்

உங்களுக்கு லேசான லேசாத்தான் ஏதோ ஓர் அசுவாரஸ்யம் நடக்கப் போறது."

"அதைத் தடுத்திடலாம்னு நம்புங்களேன். சனீஸ்வர பகவானைச் சுத்துங்களேன். சனிப்பார்வை தனிப்பார்வை அல்லவா?"

சனிக்கிழமை என்று முடிவு பண்ணிவிட்டுச் சனியிடமே போகச் சொல்கிறாரே இவர்?

மறுநாள் காலை காப்பி சாப்பிடப் போன இடத்தில் நாயக்கர் 'என்ன உடம்பு சரியில்லையா? முகம் பேயறைந்ததுபோல இருக்கிறதே' என்று கேட்டார். காப்பி கிளப்பில் மாட்டி இருந்த கண்ணாடி வழியாகத் தன்னைப் பார்த்தான். கொஞ்சம் வித்தியாசமாகத்தான் இருந்தது. பேய்கள் அறைந்தால் எப்படி இருக்கும் என்பதுக்கு முன் சான்றுகள் இல்லை. பேய்கள் என்பன யார் என்ற கேள்வி அவனுக்கு எழுந்தது.

பேய்கள், எமனின் கணங்களில் ஒன்றாக இருக்கக்கூடும். இருந்தால், இது மரணத்தின் முன் அறிவிப்பாக இருக்குமோ, முதலில் பேய் அறைவது, அப்புறம் எமன் வருவது என்பது அந்த உலகத்து ஏற்பாடாக இருக்குமோ?

அவன் சிகரட்டை வாங்கிக்கொண்டு அறைக்குத் திரும்பினான். வரும் வழியில், தேசிய வங்கி ஒன்றில் பணியாற்றும் சடகோபாச்சார் எதிர்ப்பட்டார். மனுஷ்யர் ஒரு வகையான மனப்பிராந்துகொண்டவர் என்பதை ஊர் அறியும். கவனிக்காதவன்போல இவன் நடந்தான். அவரோ இவன் முன் வந்து மறித்தார். தெருவின் குறுக்காக திடுமென வளர்ந்த ஒரு மலைபோல அவர் நின்றார்.

"என்ன ஓய்... எங்கேந்து வர்றீர்?"

"காப்பி சாப்பிட்டு வர்றேன்."

"விடிஞ்சா பொழுது போனா காப்பி, உமக்கு வேற வேலை ஏது?"

"என்ன வேலை நான் செய்யாமல் தட்டுக் கெட்டுப் போச்சு?"

"என்னவா? ராத்திரி பூராவும் தெரு மூலை சொறி நாய், ஊளைவிட்டுண்டு இருந்துச்சே, கவனிச்சீரா?"

"நாய், பேய் கத்தறதையெல்லாம் நான் என்னத்துக்குக் கேட்கணும்?"

“என்னத்துக்குக் கேட்கணுமா? ஓய்...! ஒரு பழி விழப்போறதுங்காணும். ஒரு சாவு விழப் போறது. இந்தத் தெருவில”

“சாவா?”

“ஆமா சாவுதான். யாரோ இருக்கும்னு நான் தலையைப் பிச்சுண்டு அலையறேன். நீர் ‘ஹாயா’ காப்பி குடிக்கிறேள். சிகரட் பிடிக்கிறேள்.”

“யாரா இருக்கும்?”

“வேற யார் ஆடிட்டர் ரங்கநாதன் தோப்பனார்தான். தோ அதோன்னு இழுத்துப் பறிச்சுண்டு கிடக்கிறதே. ரெண்டு வருஷமா கிழம்.”

எதிரில் நின்ற கிழம் எப்போது போகும் என்று இவன் நினைத்துக்கொண்டான். நினைப்பதையெல்லாம் பேச முடிகிறதா?

“அதை எப்படிச் சொல்ல முடியும்? நல்லா கொழுக் மொழுக்குன்னு உங்களை மாதிரி வள்ளிக்கிழங்கு கணக்காக இருக்கிறவர்கள், ஐயோ நெஞ்சை வலிக்கிறதேன்னு சொல்லிக்கிட்டு உட்கார்ந்து அந்த கணமே சாகிறது இல்லையா, ஏன் உம்ம பிரண்ட் தணிகாசலமே அப்படிப் போய்ச் சேர்ந்தவர்தானே?”

“என்ன சொல்ல வர்றேள்?”

“கிழம்தான் சாகணும்னு விதி இல்லை. இளைஞர், குழந்தைகள்கூடத்தான் சாகிறது. சருகுதான் உதிர்றதா? அரும்புகள்கூடத்தான்”

“தத்துவார்த்தமா பேசறேள். வரிசையா வந்தவர்கள் வரிசையா போறது இல்லைன்னு அன்னைக்கு கீழக்குடி சாமி பிரவசனத்துல சொன்னார்தானே!”

தனக்கு எதிராகத்தான் பேசிக்கொண்டிருக்கிறோமோ என்று ஒரு கணம் மூர்த்திக்குத் தோன்றியது.

பொதுவாக மரணம், என்னைப்போல திடகாத்திரமான வயதுக்காரனுக்கு வர்றது இல்லை.

ஆச்சார், வேஷ்டியை மடித்துக் கட்டிக்கொண்டு சொன்னார்.

“ஏழு கடல்தாண்டி, ஏழாவது கடலுக்கு மத்தியிலே இருக்கிற குகையிலே இருக்கிற ஏழு பச்சைக் கிளிகள்லே ஏழாவது கிளியோட ஏழாவது இறக்கையிலே நீர் போய்ப் பதுங்கி இருந்தாலும், மன்னிக்கணும் உம்மை எதுக்குச் சொல்லணும். ஒரு அசுரன் போய்ப் பதுங்கி இருந்தாலும் வலை போட்டுக்கொண்டு போயிட மாட்டானா?”

“யார்?”

“வேற யார் எமக் கிங்கரர்கள்தான்”

“என்ன அவசரம் கொள்ளை போறது. பக்கத்துத் தெருவில் ஏழாம் நம்பர் வீட்டுல கொஞ்சம் வேலை. வரட்டுமா.?”

“ஏழா?”

“ஆமாம். முந்தின வீடு நம்ம மச்சினி வீடு. அது ஆறு. அப்போ இது ஏழாத்தானே இருக்க முடியும்.”

அலுவலகம் சென்று விடுமுறையை இன்னும் நாலு நாளைக்கு நீட்டினான்.

“என்னத்துக்கு நாலு நாள். சனியோடு முடியறதே. ஞாயிறு எப்போதுமே விடுமுறைதானே? என்னத்துக்கு அனாவசியமா ஞாயிறு?”

“சனியோடு என்ன முடியறது?”

கண்ணாடியின் வழியாக இவனைக் கூர்ந்து பார்த்தார் அலுவலர்.

“சனியோடு வாரம் முடியறது. ஒருவாரப் பாடு முடியறது. வேற என்ன? அது சரி, ஏன் என்னமோ மாதிரி இருக்கிற?”

“என்ன மாதிரி.?”

“ஆறு மாசம் படுக்கையில கிடந்தவன் ஏந்து உட்கார்ந்த மாதிரி”

“அப்படியா இருக்கேன்?”

“உடம்பு கிடம்பு சரியில்லையோ?”

அவன் அன்று மாலை சனீஸ்வரனைச் சுற்றக் கிளம்பினான். சனியை எத்தனை முறை சுற்றினால் நல்லது என்று அங்கிருந்த குருக்களிடம் கேட்டான்.

“சனி பகவானைச் சுத்தறதுக்கு என்ன கணக்கு வேண்டி இருக்கு. மனசு போதுங்கிறவரைக்கும் சுத்துமேன்” என்றார் அவர்.

குருக்கள் நாவல் நிறத்தில் இருந்தார். மார்பில் தொங்கிய ருத்ராட்சம் தங்கம் போர்த்துத் தகதகத்தது. சனி பகவானுக்கென்று தனியாகச் சிறு மாடம். மாலை சார்த்தி இருந்தது. அவரை என்ன சொல்லி வேண்டுவது என்று அவனுக்கு விளங்கவில்லை. பக்தனுக்கு என்ன வேண்டும் என்பதைப் பகவான் அறிவார் என்று எங்கோ படித்ததை நினைவுப்படுத்திக்கொண்டான். கணக்கு வைத்துக்கொள்ளாமல் வெறுமனே சுற்றி வந்தான்.

கோயிலை விட்டு வெளியே வந்தவனுக்கு, அந்தப் பக்கம்தான் ஞானவேலு இருப்பது நினைவுக்கு வந்தது. மனைவி வழியில் தூரத்துச் சொந்தக்காரன். ஒரு கலகக்காரன் என்பதாக அவனை இவன் நினைத்திருந்தான். தீபாவளிக் கோடியில் சாஸ்திரத்துக்காக மஞ்சள் தடவினாள் அம்மா என்பதுக்காகச் சட்டையைக் கிழித்துப் போட்டான் ஞானவேலு. அவன் அம்மா வந்து மூர்த்தியின் மனைவியிடம் சொன்னதைக் கேட்டபோது அவன் மேல இவனுக்கு மதிப்பு ஏற்பட்டது. சினிமாவில் யாரிடமோ துணை இயக்குநராக இருப்பதாகக் கடைசி முறை சந்தித்தபோது அவன் சொல்லி இருந்தான். ஓர் ஆண்டுக்குள் நாலு இயக்குநரிடம் மாறியிருந்தான். கேமராவுக்குக் கற்பூரம் காட்டும்போது "நல்லா காட்டுங்க அப்பதானே கொங்கையையும் தொடையையும் பெரிசு பெரிசா எடுத்துக் கொடுக்கும்" என்று சொல்லியிருந்தான். தன் மனநிலையில் அவன் தெம்பூட்டுவான் என்று மூர்த்தி நினைத்தான்.

ஞானவேலு வீட்டில்தான் இருந்தான். ஒற்றைக் கட்டில் அறை. கட்டிலின் மேல் சட்டை, பேண்ட் ஜட்டி, பனியன், துண்டு என்று எல்லாமும் அடைத்துக் கிடந்தன. ஒரு மின் விசிறி முனகிக்கொண்டு சுற்றிக்கொண்டிருந்தது. தீய்ந்த வாணலியின் நாற்றம் அறைக்குள் சுற்றிச் சுற்றி வந்துகொண்டிருந்தது. நெகிழ்ந்த லுங்கியைச் சேர்த்துக் கட்டியபடி மூர்த்தியை வரவேற்றான் அவன். இவன் வருகையை அவன் எதிர்பார்க்காதது, அவன் முகத்திலேயே தெரிந்தது. கோயிலுக்கு வந்தவன், அப்படியே இவனைப் பார்த்துப் போகலாம் என்று வந்ததாக இவன் சொன்னான். தற்போது, தான் யாரிடமும் "அசிஸ்டென்டாக" இல்லை என்றும்,தானே படம் பண்ணும் முயற்சியில் இருப்பதாகவும் ஞானவேலு சொன்னான். கூடவே எல்லாவற்றுக்கும் நேரமும் காலமும் கூடிவரும்போதுதானே எதுவும் சாத்தியப்படும் என்றான். அவன் முகம், எப்படியோ... அப்பாலுக்கு அப்பாலைப் பார்க்கிறவனுடைய பாவத்தில் இருந்தது.

"அப்படின்னா" என்றான் மூர்த்தி.

"சார், நம் கையில் எதுவும் இல்லை. எல்லாமும் திட்டமிட்டபடி, தவறாமல் ஓர் ஒழுங்கில் நடைபெறுகிறது. இதைத்தானே விதி என்கிறது. விதிக்கப்பட்டது விதி. புரடியூசர் என் கதையைக் கேட்டு எனக்கு சான்ஸ் கொடுக்கணும்னு விதி இருந்தா, அது நடக்கும். உங்களுக்குத் தெரியாதா, அந்தப் பாட்டு. அடுத்து முயன்றாலும் ஆகும் நாளன்றி! எடுமுத்த கருமங்கள்

ஆகா! தொடுத்த! உருவத்தால் நீண்ட உயர் மரங்கள் எல்லாம்! பருவத்தால் அன்றிப் பழா வெயில் காலத்தில்தானே மாம்பழம் வரும். பிள்ளையார் சதுர்த்தி வந்தாதானே நாவல் பழம் வரும்"

மூர்த்திக்கு ஆச்சரியமாக இருந்தது. தொடர்ந்து ஞானவேலு சொன்னான்.

"வரும் 25ஆம் தேதி புரடியூசரைப் பார்க்கலாம்னு இருக்கேன். அன்னைக்கு முடிஞ்சுடும்."

"வரச் சொல்லியிருக்காரா?"

"இல்லை. அன்னைக்குக் காரியம் நடக்கும். புரடியூசரின் பிறந்த நாள் கூட்டு எண் 7. இருபத்தைந்தைக் கூட்டினாலும் ஏழு. சந்திக்கப் போகிற நேரமும் சாயங்காலம் ஏழு. ஏழு, ரொம்ப சக்தி வாய்ந்த நேரம் சார். இசை ஏழு, மாதர்கள் ஏழு பேர், சமுத்திரம் ஏழு. நடக்காமல் இருக்குமா என்ன?"

வெள்ளிக்கிழமை மதியம் முதல் மூர்த்திக்கு லேசாக நெஞ்சு வலிப்பதுபோல இருந்தது. மாலை ஆக ஆக வலி கூடுவதுபோலவும் தோன்றியது. சாயங்காலம், அவனுக்குத் தெரிந்த ஒரு டாக்டரிடம் போனான். இருதயத்தின் நடமாட்டத்தையும், இரத்தத்தின் ஓட்டத்தையும் கணக்குப் போட்டார் டாக்டர்.

"இருதயத்துக்கு ஒன்னும் பழுது இல்லை."

"ஆனால் படபடப்பு இருக்கிறதே, டாக்டர்"

"எதையோ ஒன்னை எதிர்பார்த்துக்கிட்டு இருக்கீங்கபோல, டென்ஷன். வேற ஒன்னும் இல்லை. ரிலாக்ஸ்"

"டாக்டர் நாளைக்கு..."

"சொல்லுங்க...?"

"நாளைக்கு நான் செத்துப் போகப் போறதா ஒரு சேதி வந்திருக்கு" டாக்டர் அவன் கண்களைத் தீர்க்கமாகப் பார்த்தார். அப்புறம் தலையை அசைத்துக்கொண்டார்.

"சேதி எப்படி வந்தது. ஈ மெயிலா, டெலிபோனா, தந்தியா?"

"மனப்பிராந்திதான். என்னவோ நடக்கும்னு தோணுது."

"எனக்குத் தெரிஞ்சது பிஸ்கட் பிராந்திதான். அந்தக் காலத்துல நான் அதிகம் குடிச்சது பிஸ்கட் பிராந்திதான். ரெண்டு பெக்குக்கு மேலயும், மூணாவது பெக்குக்குக் கீழேயும், குடை ராட்டினம் ஏறி இறங்கிறா மாதிரி, மேல போய்க் கீழ வரும். இப்போ பிஸ்கட் பிராந்தி வருதோ என்னமோ? மத்தபடிக்கு, மனப்பிராந்தின்னு ஒன்னும் இல்லை. வீணா மனசைப் போட்டுக் குழப்பிக்க வேணாம்."

அவர், அவருக்கு மட்டுமே புரியும் விதமாக மருந்து எழுதிக் கொடுத்து அனுப்பி வைத்தார்.

விடிந்தது தெரியாமல் அயர்ந்து உறங்கியிருந்தான் மூர்த்தி. ஜன்னல் வழி வந்த வெளிச்சம் அறையை நிரப்பி இருந்தது. வெயில் ஒரு பலகையைப்போல, படுக்கையின் பாதி அளவுக்கு நீண்டிருந்தது. எழுந்ததும், அன்று சனிக்கிழமை என்பது நினைவுக்கு வந்தது. திடுமென மனம் அமைதிப்பட்டதுபோல அவன் உணர்ந்தான். வருவது வரட்டும் என்று வாய்விட்டுச் சொல்லிக்கொண்டான். அதே உணர்வோடு தெருக்கதவைத் திறந்துகொண்டு வாசலில் நின்றான். தெருத் திண்ணையில் புரோக்கர் ராமுடு உட்கார்ந்திருந்தார். இவனைப் பார்த்துத் தலையசைத்தார். "அம்மா வரல்லையா?" என்றார். "அடுத்த வாரம் வரலாம்" என்று இவன் சொன்னான்.

ராமுடு, ஸ்நானபானாதிகளை முடித்துத் திருநீறு துலங்கும் நெற்றியோடு திண்ணைக்கு வந்துவிட்டார். மணி இப்போது எட்டை நெருங்குகிறது என்றால் நாலு மணிக்கெல்லாம் எழுந்தால்தான், காலைச் சடங்கை முடித்து, இரண்டு பேருந்துகளைப் பிடித்து, இங்கு இத்தனை காலையில் வந்து சேர முடியும். அதற்குள்ளாகவே அவரது வாடிக்கையாளர்கள் காத்திருப்பார்கள். வாடகைக்கு வீடு வேண்டி வருபவர்களுடன் புறப்பட்டு விடுவார். ராமுடு, வாழ்க்கை இந்த எழுபது வயதிலும், அவர் முதுகில் இருந்துகொண்டு சவாரி செய்துகொண்டிருந்தது. ஆனால், இது பற்றி அவரிடம் எந்தப் புகாரும் இல்லை. ராமுடுக்கு இரு சம்சாரங்கள். காந்தி நகரில் மூத்த சம்சாரம். அது தந்த நான்கு பெண்கள். நேரு நகரில் இரண்டாவது சம்சாரம். இது தந்தது ரெண்டு பெண்களும் ரெண்டு ஆண்களும். தவிர மூத்த சம்சாரத்தோடு அவரது தொண்ணூற்று வயசுத் தந்தையும் இரண்டாம் சம்சாரத்தோடு அவரது அம்மாவும் இருந்தார்கள். அம்மாவுக்கு இரு கண்களும் மூடிப் போயின. ஒரு மனிதனைப் பேதலிக்கச் செய்யப்போதுமான பிரச்சனைகளின் நெருப்பின் சூட்டோடு அவர் இருந்தார். ஆக மொத்தப் பெண்களில் இரண்டாம் தாரத்து வழி வந்த ஒருத்தி மூளை வளர்ச்சியடையாத குழந்தை. நாயுடு அம்மா ஊரில் இல்லாததைப் பேசிக்கொண்டிருந்தார்.

"தாமதமா எழுந்திருச்சீங்க, போல."

"ஆமாம். ரெண்டு மணிக்கு மேலதான் உறங்க முடிஞ்சுது."

"ஓட்டல் சாப்பாடு ஒத்துக்கிறதோ?"

"அது ஒன்னும் பிரச்சனை இல்லை."

"கண்ணுக்குக் கீழே கருவளையம் மாதிரி இருக்கே. உடம்பு நல்லாத்தானே இருக்கு?"

“இருக்கு.”

மூர்த்தி, இரு வளையங்களைக் கண்ணில் பொருத்திக் கொண்டாற்போல நடந்தான். வளையத்துக்குள் பயிற்சி பெற்ற நாய்கள் பாய்ந்து வெளியே வருகின்றன. நெருப்புப் பற்ற வைத்த வளையத்துக்குள் மனிதர்கள் பாய்கிறார்கள். போன மாதம் அவன் பார்த்த சர்க்கசில், ஒரு மனிதனை நிற்க வைத்து அவனைச் சுற்றிக் கத்தியை பாய்ச்சுகிறார்கள். கணந்தோறும் மரணத்தின் கையைக் குலுக்குகிறான், அந்த மனிதன். மிக உயரத்தில் கம்பியைப் பிடித்துக்கொண்டு ஆடுகிறார்கள் இளம் பெண்கள். மரணம் ஒரு நாயைப்போல அவர்களை அண்ணாந்து பார்த்துக்கொண்டிருந்தது. ஒரு மனிதன் சிங்கத்தின் வாய்க்குள் தலையை விடுகின்றான்.

காப்பி சாப்பிட்டுத் திரும்புகிறான் மூர்த்தி. ராமுடு இல்லை. தொழில் அழைத்துப் போயிருக்கிறது.

குளித்துச் சாப்பிட்டுத் திரும்புகிறான். மனம் வெறுமை அடைந்திருப்பதாய் உணர்ந்தான். உடம்பு களைத்திருந்தது. படுக்கலாம் என்று தோன்றியது. அவன், பிலத்துக்குள் பிரவேசிக்கிறான். (பிலம்குகை) பிலம் சுழன்று சுழன்று உள்ளேபோய்க்கொண்டிருந்தது. பூமியின் அடுத்த எல்லைக்கே சென்றுகொண்டிருந்தான் அவன். அவனை ஓர் எலி வழிகாட்டிக்கொண்டிருந்தது. பிலங்களில் ஜீவராசிகள் வாழ்வது அவனுக்கு ஆச்சரியமாக இருந்தது. தலைகீழாகத் தொங்கும் பறவைகள்கூட அங்கிருந்தன. பாம்புகள் வாலின் நுனியில் நடந்துகொண்டிருந்தன. நிசப்தத்தைக் கலைத்துக்கொண்டு லேசாகச் சத்தம் எங்கிருந்தோ வந்துகொண்டிருந்தது. மூர்த்தி அரச மரக் கிளையில் இருந்துகொண்டு ‘டைவ்’ அடிக்கிறான். முன்னரே நீருக்குள் இருந்த பையன் தலைமேல் அவன் தலைபட்டு அவன் தலை சிதறுகிறது. எங்கிருந்தோ சப்தம் வந்துகொண்டிருந்தது. அவன் அம்மா, முறத்தில் கல் புடைத்துக்கொண்டிருக்கிறாள். கல்லும் அரிசியும் கலந்த, அரசுக் கடையில் வாங்கின அரிசியாக இருக்கும். கல்லுக்கிடையில் ஒரு கல்லாக அவன் இருக்கிறான். உருண்டு உருண்டு தரையில் அவன் விழுகிறான். சப்தம் பலக்க வந்துகொண்டே இருக்கிறது. குற்றால அருவியில் அவன் குளித்துக்கொண்டிருக்கிறான். குரங்குகள் இரண்டு அவனை உற்றுப் பார்த்த வண்ணம் இருந்தன. அருவித் தண்ணீருடன் ஓர் ஆப்பிள் பழம் வந்து அவன் தலையில் விழுகிறது. ஆப்பிளா, பலாவா? அவன் தலை உடைகிறது. சப்தம் மிக அண்மையிலேயே கேட்டது.

அவனுக்கு விழிப்புத் தட்டியது. எழுந்தான். கதவு தட்டப்பட்டுக் கொண்டிருப்பதை அவன் கேட்டான். திடுமென, அன்று சனிக்கிழமை என்பது அவனுக்கு நினைவு வந்தது. பனியன் வியர்வையால் நனைந்தது.

கதவு தட்டல் சத்தம் ஒரு கொதி நிலையை அடைந்ததுபோல அவனை உறைய வைத்தது. அதுகூடத் தட்டிவிட்டுத்தான் வருமா, எழுந்து நின்றான். கால் மரத்துத் துவண்டது. சரிந்து அமர்ந்தான். சப்தம் அவனைச் சுற்றிக்கொண்டே இருந்தது. மீண்டும் எழுந்து நின்று, சுவரின் சார்பில் நடந்து போய்த் தாழைத் திறந்தான். லேசாகத் திறந்த கதவின் இடைவெளியில் ஒரு எருமை நின்றுகொண்டிருப்பதை அவனால் காண முடிந்தது. வாகனமாக வந்திருக்கிறதோ? அவன் கால்கள் துவண்டன. கதவின் மேல் பட்டுக் கீழே சரிந்தான். ராமுடு கதவைப் பலக்கத் திறந்தார். எருமையைத் தட்டி விரட்டினார். “சார்... சார்” என்று அழைத்து, தண்ணீர் எடுத்துக்கொண்டு வந்து அவன் முகத்தில் அடித்தார்.

“ஐயாவுக்கு என்ன ஆச்சு” என்றாள் ஒருத்தி. அவள் கையில் துணி மூட்டை.

“அம்மா ஊருக்குப் போகையில, அழுக்கு போட்டுட்டுப் போனாங்க. சலவை செய்த சட்டை, கால் சட்டைகளைக் கொடுத்துட்டுப் போக வந்தேன்”

மூர்த்திக்குக் கொஞ்சம் கொஞ்சமாக விழிப்பு வந்து கொண்டிருந்தது.

“எருமை” என்று முனகினான்.

“அதை விரட்டிட்டேனே” என்றார் மூர்த்தி.

2014

கணக்கு

இலுப்பைத் தோப்பு வழியாக என்றும் வீடு திரும்புகிறவர் அல்லர் நடராசன். ஆற்று மேட்டு வழி நடந்து, கானகம்போல அடர்ந்து செழித்த முதிய மரங்களோடு பேசியபடிதான் எப்போதும் அவர் ஊர் திரும்புவார். மரங்களுடன் பேசுவதா என்றால், ஆம், பேசுவதுதான். அவர் பேச்சை மரங்கள் புரிந்துகொள்ளும். அபத்தமாகப் பதில் ஏதும் பேசாது. அவற்றின் சிறார்ப் பருவம் முதல், அவர் அறிவார். மரங்களுடன் சல்லாபம் செய்வது, குசலம் விசாரிப்பது, அவற்றின் தளிர், இலை, அரும்பு, மலர், கனி ஆகியவற்றைக்கொண்டாடுவது என்று எத்தனை மனிதர் கடமைகள் அல்லது தர்மங்கள் இருக்கின்றன. அவற்றை எல்லாம் நிறைவேற்றி ஊர் திரும்பினால்தான் செய்த பணம் திருப்தி தரும்.

அன்று ஏனோ, இலுப்பைத் தோப்பு வழியாக நடந்து, பாதையைப் பிடிப்போமே என்று அவருக்குத் தோன்றியது. ஏன் அவருக்கு அங்ஙணம் தோன்ற வேண்டும். யார் அறிவார். நாலும் நாலும் எட்டு என்ற கணக்கு, நடராசன் போன்ற சாதாரண ஜீவிகளுக்குப் பொருந்தும்தான். ஆனால், வேறு ஒரு கணக்கு நிகழ்ந்துகொண்டிருந்தது, வெளிகளில்.

இலுப்பைத் தோப்பின் மத்தியை அவர் கடந்தபோது, நிழலும், லேசான இருளும் கவிந்திருந்த ஓர் இடத்தில் வித்தியாசமான ஒரு சப்தம் அவருக்கு எட்டியது. கூர்ந்து அவதானித்ததில், அது மனித முனகல் என்று அறிந்தார். அழுக்குத்துணி மூட்டை அசைவதுபோல ஒரு பெண் வேதனைக் குரல்

எழுப்பியதைப் பார்த்தார். இளம் பெண். வயிறு பெருத்திருந்தது. சூலி. மண்ணைச் சற்று நேரத்தில் காணத் துடிக்கும் ஒரு ஜீவனின் போராட்டம். அறக்கூடாத மனிதச் சமூகத்தின் இன்னுமொரு கண்ணி.

பதறிப்போனார் நடராசன். அவளைத் தூக்கித் தாங்கிப் பிடித்துப் பாதைக்கு அழைத்து வந்தார். ஊர்ப்பக்கம் போகிற மாட்டுவண்டி ஒன்று சரியாக அந்தப் பக்கம் வந்து சேர்ந்தது. இதுவும் ஒரு வகைக் கணக்குதான். வண்டியில் ஏற்றி, பெண்ணைத் தன் வீடுகொண்டு வந்து சேர்த்தார். அவர் குடும்பத்துக்கு மருத்துவம் பார்த்த தாயம்மாளைத் தேடி ஓடினார். அந்த அம்மாள் வீட்டில் இருந்தாள். உடனே கிளம்பினாள். ஒரு நாழிகையில் பிரசவம் ஆயிற்று. சுகப்பிரசவம்தான். பெண் குழந்தை.

பழைய நாட்டு ஓடு வேய்ந்த வீட்டுத் திண்ணையில் அமர்ந் திருந்தார் நடராசன். உள்ளிருந்து பிறந்த மூன்றே நாளான குழந்தை யின் அழுகைச் சத்தம் அவரை எட்டிக்கொண்டிருந்தது. இந்த வீட்டில் இருபது ஆண்டுகளுக்குப் பிறகு ஜனனம் எடுத்திருக்கும் புது ஜீவனம். அவரது ஒற்றை மகள் உண்ணாமலை இந்த வீட்டில்தான் பிறந்தாள். வளர்ந்தாள். அவர் மனைவி தங்கம்மாவுக்கு உண்ணாமலையைத் தன் தம்பிக்குத் தர ஆசை. உண்ணாமலை, ஊரில் ஞூர சம்காரம் நடந்துகொண்டிருந்த ஓர் இரவு காணாமல் போனாள்.

அவளுக்குப் பிடித்த யாரோ ஒருத்தருடன் அவள் உடன் போயி ருக்கலாம் என்று எல்லோரும் சொன்னார்கள். அப்படி இருந்தால் சந்தோஷம்தான் என்று நினைத்துக்கொண்டார் நடராசன். சரியாகத் தொண்ணூறு நாட்களுக்கு முன்தான் அவர் மனைவி காலமாகிப் போனாள். இயற்கை மரணம். மரணம் இயற்கை என்று தனக்குள் சொல்லிக்கொண்டார் அவர். மூன்று மாதங்களுக்குப் பிறகு, எந்த உறவும், எந்தச் சம்பந்தமும் அற்ற புதிய திக்கிலிருந்து வீடு தேடி வந்திருக்கிறது, ஒரு புதிய ஜனனம்.

தெருவுக்கு இலேசாக விழிப்புத் தட்டி, ஜனங்கள் தங்கள் நட மாட்டத்தைத் தொடங்கி இருந்தார்கள். மார்கழிக் காற்று ஆற்றில் குளித்துக் கரையேறி வந்துகொண்டிருந்தது. திண்ணைக்கு நேர்த் தரையில், நடைக் குறட்டில் காகம் ஒன்று வந்து அமர்ந்து கரைந்தது. அவரைப் பார்த்துக் கரைந்தது. விருந்து வருமோ, வந்தாள். நடராச னின் மாமியார். அதாவது இறந்துபோனவளின்

பிரபஞ்சன்

அம்மா. கதவைத் திறந்தவுடன் பாய்ந்து ஓடும் ஒரு திருட்டுப் பூனையைப்போல, அவரைக் கடந்து வீட்டுக்குள் நுழைந்தாள். போன வேகத்தில் தெருவுக்கு வந்தாள். நடுத் தெருவில் நின்றுகொண்டு கூவத் தொடங்கினாள். ஆட்சேபகரமானதும், எழுதத்தகாததும் ஆன வார்த்தைகளைத் தவிர்த்துவிட்டு, அவள் பேசியதன் சாரம் இது:

எத்தனை நாளாய் இந்த அவிசாரித் தனம். என் மகளை விஷம் வைத்துக் கொன்றாய். வைப்பாட்டியை வீட்டுக்கே அழைத்து வந்து, பிரசவமும் பார்க்கிறாய். நீ நின்ற இடத்தில் நிழலும் நிற்காது. புல் முளைக்காது. நீ பசும் புல் இட்டால் பசு பால் கறக்காது. வாந்தி, பேதி, வைசூரி போன்ற நோய்களில்தான் நீ அனாதையாய் செத்து மடிவாய். பேச்சுக்குப் பிறகு தெரு மண்ணை வாரி அவர் பக்கம் வீசினாள் அவள். கடைசியாகப் பஞ்சாயத்தில் அவரை நிறுத்து வதாகச் சொல்லிச் சென்றாள்.

ஒரு நாடகக் காட்சியைப்போல இவற்றைப் பார்த்துக் கொண்டிருந்தார் அவர். மேடைக்கு முன்னால் அமர்ந்திருக்கும் ஒரு பார்வை யாளனைப்போல. நடப்பன எல்லாவற்றுக்கும் ஒரு சாட்சியாகத் தம்மை இருத்திக்கொள்வதைச் சமீப காலமாக ஒரு வழக்கமாக அவர்கொண்டிருந்தார். விஷயங்கள் எல்லாம் வெகு வேகமாக நடந்துகொண்டிருப்பதாக அவருக்குத் தோன்றியது. தன்னைப் பற்றிய நிகழ்வுகளுக்குத்தான் காரணனாக இல்லாமல், நிகழ்வுகள் தன்னை இயக்குகின்றனவோ என்று அவர் நினைக்கத்தொடங்கி இருந்தார். அவர் மனைவியின் தாய் தெருவில் நின்று அவரைத் திட்டிக்கொண்டிருந்தபோது, அவள் பயன்படுத்திய அதிக வார்த்தைகள், அவரைக் கிறுக்கன் என்பதாக இருந்தது. கிறுக்கன் என்று எல்லோரும் நம்பும் படியாகவே அவர் காரியங்கள் ஆற்றி இருந்தார். “எங்காவது அரசாங்க வேலையை வேணாம்னு சொல்லுவானோ ஒரு மனுஷன். கிறுக்கு... கிறுக்கு... கிறுக்குப் பிடிச்சுப் பாயைப் பிறாண்டறிய என்றாள் அவள். பாயைப் பிறாண்டும் அளவுக்கு அவர் போனதில்லைதான் என்றாலும், வேலையை விட்டார். அந்த ஊரிலேயே பெரிய படிப்பாளி என்றும் வக்கீல் என்றும் அறியப்பட்ட, மிராசுதாரும் ஆன அந்தப் பெரிய மனிதரைக் கால் காசு பெறாத போலீஸ்காரப் பையன் ஒருவன் லத்தியால் புடைத்துக் காலால் உதைத்து இழுத்துச் சென்றதைக் கண்ணில் கண்டார். மகாத்மாக்கள், பெரிய தலைவர்கள் சிறைப்பட்டார்கள். தாமிரபரணி ஆற்றங்கரைப் பகுதியில் வாழ்ந்த ஒரு பெரிய

கல்விமான் சிறையில் பூட்ஸ் கால் உதை வாங்கியதும் அவருக்கு எட்டியதுதான். வாழைக்குருத்து மாதிரி சின்னஞ்சிறு பையன்கள் பள்ளியை, கல்லூரியைப் புறக்கணித்துத் தெருவுக்கு வந்ததை அவர் பார்க்க நேர்ந்தது. ஒரு மதிய நேரம். தாசில்தார் அலுவலகத்தில் ஒதுக்கப்பட்டிருந்த ஒரு பழைய மேஜைக்குப் பின் அவர் அமர்ந்து வேலை பார்த்துக்கொண்டிருந்தார். மேசை மேல் பேனா சிந்திய எண்ணற்ற மைப் புள்ளிக் கறைகள் திடுமென அவருக்கு இரத்தப் புள்ளிகளாகத் தெரிந்தன. யாரின் இரத்தம். சொந்தச் சகோதரர்களின் மற்றும் அவருடையதுமான இரத்தப் புள்ளிகள். மானத்தோடு வாழ்ந்த நெசவாளிகள் கஞ் சித் தொட்டிகளில் இருந்து பெற்ற கஞ்சித் தண்ணீரில் சிந்திய புள்ளிகள். மேசை மேல் இருந்த அழுக்கும் சிக்கும் பிடித்த நோட்டுகள், கோப்புகள் எல்லாம் அவரோடு வாழ்கிறவர்களின் முதுகுத் தோல்கள் என்றவாறு அவருக்குத் தோன்றியது. அழுக்கும் ஆணவமும்கொண்டு இருண்ட அறை. அதன் சுவர்கள் மனிதக் கழிவுகளின் கிடங்குக்குள் அமர்ந்திருப்பதுபோல அவர் அருவருப்படைந்தார். ஓர் அழுக்குத் தாளை எடுத்தார். ஏதோ நில விவகாரத்துக்காக உதவி நாடி வந்த ஓர் ஏழை விவசாயியை மிரட்டி அதிகாரிகள் பறித்த பணத்தில் வாங்கிய தாளில், எழுது பேனாவைக்கொண்டு அவர் நாலு வரி எழுதினார். செத்த எலியை எடுத்துக்கொண்டு போவதாக அதை எடுத்துப் போய் தாசில்தார் முன் மேசை மேல் வைத்தார்.

வெற்றிலை போட்டுக்கொண்டிருந்தார் தாசில்தார். அப்போதுதான் அலுவலகம் வந்திருந்தார் அவர்.

"என்ன இது?" என்றார்.

"ராஜினாமாக் கடிதம்"

"யாருடையது."

"என்னுடையது."

"சாப்பாட்டுக்கு என்ன செய்யப் போறீர்?"

"சோறு இல்லாமல் யாரும் சாவது இல்லை."

யோசிக்கையில் சுப்பம்மாள் அத்தனை ஆங்காரத்துடன் வீட்டு வாசலில் நின்று கத்தியதைத் தப்பு என்று சொல்ல முடியாது என்று நடேசன் நினைத்தார். பாவம், பெண்ணைப் பறிகொடுத்து நிற்கிறாள். பேத்தி போன இடம் தெரியவில்லை.

சின்ன வயதில் புருஷனை இழந்து, காடுகரைகளில் உழைத்துக் குடும்பம் நடத்தியவள். இப்படி யாகச் சிந்தித்துக்கொண்டு உட்கார்ந்திருந்தவரைப் பராங்குசம் பூமிக்குக்கொண்டு வந்தார். செத்துப் போனவளின் அண்ணன் பராங்குசம்.

"மாமா... அந்த மூடம் பஞ்சாயத்தைக் கூட்டி இருக்கிறதே. நீங்க வர வேண்டாமா. உங்களைப் போயிப் பஞ்சாயத்துல நிக்க வச்சுட்டதே. நான் ஆன மட்டும் சொன்னேன். கேக்கலை. நான் எப்பவும் உங்க பக்கம்தான். நீங்க செய்யறது எப்பவும் சரியாகத்தான் இருக்கும். வாங்க நியாயம் உங்க பக்கம் இருக்க, எவன் என்ன பண்ணிட முடியும்."

நடராசன் எழுந்து சட்டையைப் போட்டுக்கொண்டு புறப் பட்டார். ஊர் கூடி இருந்தது. பஞ்சாயத்தார்கள் அரசமர மேடையில் அமர்ந்திருந்தார்கள். யாராக இருந்தாலும் பஞ் சாயத்தில் நிற்க வேண்டும் என்ற நியதிக்கேற்ப நடராசன், அவர் மாமியார் சுப்பம்மாள் ஆகிய பிரதிவாதியும் வாதியும் எதிர் எதிராக நின்றார்கள்.

சுப்பம்மாள், தன் நியாயத்தைச் சொன்னாள். அவள் கணக்கு

மிகச் சுலபமாக இருந்தது.

"ஐயா. என் பொண்ணு போய்ச் சேர்ந்துட்டா. அந்த மனுஷன் வேற ஒருத்தியைச் சேர்த்துக்கிட்டாரு..." என்ற பேச்சை பஞ்சாயத்தார் இடைமறித்தார்கள்.

"தோ பார். அந்தப் பெண் குளிகுளிச்சிக் கிடக்குது. நான் அந்தப் பொம்பிளைகிட்ட பேசிட்டேன். வலியால கத்திக்கிட்டு இருந்த என்னை இந்தப் பெரிய மனுஷன்தான் அடைக்கலம் கொடுத்துக் காப்பாத்தினார். எனக்கும் அந்தப் பெரியவருக்கும் எந்த சம்பந்தமும் இல்லை அப்படீன்னு தெளிவாச் சொல்லிடுச்சு. அது பொய் சொல்ற முகம் இல்லை. உன் மருமகனும் அப்படிப்பட்ட மனுஷன் இல்லை, வேற பேசு..."

அந்தப் பெண்மணி சுத்திச் சுத்தி வந்து, கடைசியாக, "நடராசன் குடியிருக்கும் வீடு, தன் பெண் பேரில் இருக்கிறது. அது எனக்கு வேணும்" என்றாள்.

பராங்குசம் தலையிட்டார்.

"பெரியவங்களுக்குச் சொல்லிக்கிறேன். நடராசன் மாமா கல்யாணத்தை முன்னால் நின்னு நடத்தியதே நான்தான். மாப் பிள்ளை சீர், வரதட்சணை என்று ஒரு பைசா அவரும் கேக்கலை.

நாங்களும் கொடுக்கலை. கொடுக்க எங்களுக்கு வக்கும் இல்லை. ஏதோ, மாமா, தன் சொந்தப் பணத்துல கட்டின வீட்டை என் தங்கை கேக்கிறது நியாயம் இல்லை. என் தங்கை மகள் வேலைக்குப் போனவள் இல்லை. சம்பாதிச்சவள் இல்லை. செத்துப் போனவளுக்கு, மாமா எவ்வளவு பணம் செலவழிச்சு, பட்டணத்துக்குக்கொண்டு போய் வைத்தியம் பார்த்தார்னு எனக்குத் தெரியும். பாவச் சொத்து குடும்பத்தைப் பலி வாங்கிடும். எனக்கும் குழந்தைகள் இருக்கு. தப்பு பண்ணக்கூடாது."

தாய் மாமன் இப்படிச் சொல்லும்போது, பஞ்சாயத்தார் "தீர்ப்பு செய்ய எதுவும் இல்லை" என்ற முடிவுக்கு வந்தார்கள். வீடு மற்றும் எந்த உரிமையையும் சுப்பம்மா கோர முடியாது என்றார்கள்.

நடராசன் பஞ்சாயத்தாரிடம் சொன்னார்:

"பஞ்சாயத்தார் தீர்ப்புக்குத் தலை வணங்கறேன். சட்டப்படியோ, நியாயப்படியோ வீட்டை என் மாமியாருக்கு நான் தர வேண்டியதில்லை. என் சொந்த சம்பாத்தியத்தில் கட்டிய வீடு அது. உண்மைதான். ஆனா முப்பத்தி மூனு வருஷம் என் மனைவி இருந்து வாழ்ந்த வீட்டில் அவளுக்குப் பங்கில்லை என்கிறது, தர்மம் இல்லை. பயணம் மட்டும்தான் உரிமைன்னு நான் நினைக்கலை. அவ புழங்கின அந்த வீட்டுல, அவ வாசனை இருக்கு. அவ சுவாசம் இருக்கு. அதுக்கு மேல பாத்யதை வேறு என்ன இருக்குங்க. அந்த வீட்டை என் மாமியாருக்கே கொடுத்துடறேன். எழுதியும் பதிவு பண்ணியும் தர்றேன். எனக்கும், விட்டு எங்கேயாவது போகணும்னு இருக்கு. தெற்கு, வடக்கு, கிழக்கு, மேற்குன்னு எல்லாத் திசையிலயும் நடந்தே அலையனும்னு இருக்கு."

அவசியமான சில சாமான்களை மட்டும் வண்டியில் ஏற்றியாகி விட்டது. மாடுகள் சலங்கை ஒலிக்கத் தலையை அசைத்தபடி காத் திருக்கின்றன. பொருள்களை ஏற்றிய பிறகு குழந்தையுடன் பெற்றவள் வண்டியில் ஏறி அமர்ந்தாள்.

மைத்துனரிடம் சொல்லிக்கொண்டார் நடராசன்.

"போயிட்டு வர்றேன் பராங்குசம். நல்லா இரு."

"சரிங்க மாமா. உங்க முடிவை மாத்த முடியாது. எல்லாத்தையும் விட்டுட்டுப் போகணும்னு நினைச்சீங்க. இப்போ, சுமையோடு போகும்படி ஆயிடுச்சி."

நடராசன் திரும்பி அந்தப் பெண்ணைப் பார்த்தார். அவள் தலை குனிந்தபடி நின்றார்.

"பொறுப்புன்னு வச்சுக்கிடுவமே. அவளை அசல்னு எதுக்கு நினைக்கணும். நம்ம பெண்ணுன்னு நினைச்சுக்குவமே... நான் ஒரு கணக்குப் போட்டேன். நம்ம கணக்கு பல சமயம் தப்பாத்தான் போவுது." வண்டி புறப்பட்டது.

வண்டி கண்ணுக்கு மறையும் வரை பார்த்தபடி நின்றிருந்தார் பராங்குசம்.

2014

களம்

கிருஷ்ணமூர்த்தியை மிகவும் நேசிப்பதாக நட்ராஜன் சொன்னார். அது உண்மையாக இருக்கலாம். அதைப் பொய்யென்று நிரூபணம் செய்ய நாளது வரை எந்த ஆதாரமும் கிடைக்காமை யால், கிருஷ்ணமூர்த்திக்கு அதை நம்ப வேண்டி இருந்தது. தவிரவும், பிற மனிதர்களால் நேசிக்கப்படத்தக்க, ஒன்றிரண்டு நல்ல குணங்களையாவது தான் பெற்றிருந்ததாக அவன் நம்பினான்.

நட்ராஜன் நட்பை வெளிக்காட்டும் விதமே அலாதியாய் இருக்கும். மாதத்தின் முதல்நாட்களில் அவரிடம் தாராளமாகப் பணம் புழங்கும். அப்போது கிருஷ்ணமூர்த்தியின் ஞாபகம் வரும் அவருக்கு. உடனே புறப்பட்டு அவனைத் தேடி வந்துவிடுவார். ஏதோ ஒரு அரசு அலுவலகத்தில் அவர் உத்தியோகம் வகித்திருந்தார். என்ன உத்தியோகம் என்றால், "ஏதோ ஒரு பிடுங்கி உத்தியோகம்" என்று விட்டேத்தியாக அவர் பதில் சொல்வது வழக்கம்.

ஒரு மாலைப் பொழுதில் வந்தார்.

"புறப்படு."

"எங்கே?"

"ஒரு நல்ல பாருக்கு... குடிப்போம்."

கிருஷ்ணமூர்த்தி சட்டையை மாட்டிக்கொண்டு அவருடன் புறப்பட்டான். வீதிக்கு வந்ததும் அருகில் வந்த ஆட்டோவில் ஏறி அமர்ந்தார் அவர்.

"எதற்கு நடக்கிற தூரம்தானே?"

"சும்மா உட்காருப்பா."

அவன் ஏறி அமர்ந்துகொண்டான். ஒரு பெரிய ஹோட்டலில் அவர்கள் இறங்கிக்கொண்டார்கள். "பார்" என்று எரிந்த சிவப்பு விளக்குக்கு அருகே இருந்த உயர்தரமான கதவைத் தள்ளிக்கொண்டு அவர்கள் உள்ளே நுழைந்தார்கள். கண்ணுக்கு இதமான விளக்கு வெளிச்சம். ஒரு மூலையில் அவர்கள் அமர்ந்தார்கள்.

"என்ன சாப்பிடுறே?"

"ஏதோ ஒண்ணு."

"அப்படிச் சொல்லக்கூடாது. உன் தகுதிக்கு 'இம்போர்ட்டட் தான்' சாப்பிடணும். பேரர்..."

பேரர் எனப்பட்ட மனிதர் அளவுக்கதிகமான பவ்யத்தோடும் மரியாதையோடும் குனிந்து நட்ராஜனின் ஆர்டரைப் பெற்றதைக் கிருஷ்ணமூர்த்தி கவனித்தான்.

உண்மையில் அந்தக் கறுப்பு லேபள் விஸ்கி மிக உயர்தர மாகவே இருந்தது. ஒரு குழந்தையின் ஸ்பரிசத்தைப்போல, ஒரு பூவின் வருடலைப்போல அந்த பானம் தொண்டையில், நெஞ் சில், மென்மையாக மிக மென்மையாக இறங்குகையில் சுகமாகவே இருந்தது.

அவர்கள் முதல் ரவுண்டை முடித்திருந்தார்கள்.

நட்ராஜன் அப்போதுதான் மண்ணுலகத்தை முதன் முதலாகப் பார்ப்பது மாதிரி கண்களை அகலப் பார்த்துக்கொண்டிருந்தார். அடடே! நம்மைச் சுற்றி மனிதர்களும் இருக்கிறார்களே என்பது மாதிரியான பார்வை. அந்தக் கணத்தில் தம்மை, அந்த பாரை, பேரர்களை, மேஜை, குஷன் நாற்காலிகளை, ஆஸ்டிரேயை, கிருஷ்ணமூர்த்தியை அவர் நேசித்தார். அதை வெளிப்படுத்தவும் செய்தார்.

"உன்னை எனக்கு மிகவும் பிடித்திருக்கிறது. நீ மிகப் பெரிய அறிவாளி. ஒரு சிறந்த கலைஞன்."

இந்த அபிப்ராயத்தை வேறு நேரத்தில், வேறு சந்தர்ப்பத்தில் அவர் சொல்லியிருந்தால் அவன் சந்தோஷப்பட்டிருக்கக் கூடும். எனினும் "என்ன புகழ், என்ன பாராட்டு, என்ன கண்டனம், எதிலும் சாரம் இல்லை" என்கிற தத்துவஞானம் மேலிட, ஒரு பற்றற்ற சிரிப்பைச் சிரித்து வைத்தான்.

"நிஜமாலும் சொல்றேன். நீ பெரிய ஆள். அடடா, என்ன மாதிரி எழுதறே."

பற்றற்ற சிரிப்பையே மேலும் கொஞ்சம் விஸ்தரித்துக்கொண்டான் கிருஷ்ணமூர்த்தி. சிகரெட் விரலைச் சுட்டது, அதை ஆஸ்டிரேயில் அடக்கம் செய்தான். பேரர் வந்து குனிந்து நட்ராஜனின் ஆர்டரை வாங்கிச் சென்றான். தனக்கு முன் இருந்த கடலை, சிப்ஸ்களில் சிலவற்றை எடுத்துச் சாப்பிடத் தொடங்கினான் அவன்.

"ம்... வாழ்க்கை எப்படிப் போகிறது?"

கிருஷ்ணமூர்த்திக்கு அக் கேள்விக்கான பதிலை யோசிக்க வேண்டியிருந்தது.

"வாழ்க்கை அதன் கதியில், மனிதர்களை உருட்டியபடி போய்க்கொண்டிருக்கிறது. பலவான் ஒருவன் புறங்கழுத்தில் கையைக் கொடுத்து ஒரு சிறுவனைத் தள்ளிக்கொண்டு போவது மாதிரி, என்னை வாழ்க்கை தள்ளிக்கொண்டு போகிறது. அதுவாக விரும்பி னால், என் கழுத்துக்கு மாலை போடுகிறது; அதுவாக விரும்பினால் என் மேல் சேறு வாரி வீசுகிறது."

அந்தக் குனிந்த பேரர் மூன்றாவது லார்ஜைக் கொண்டு வந்து அவர்கள் முன் வைத்தார். கோழி வறுவல், எறாக் குழம்பு, மீன் வறுவல் என்று மேஜையை அடைத்துக்கொண்டிருந்தது துணைப் பலகாரங்கள்.

"இவ்வளவு என்னத்துக்கு? நிறைய ஆகுமே இந்த ஹோட்டலில்?"

"பணத்தைப் பற்றி எதற்குக் கவலைப்படுகிறாய். பார்..." அவர் பையைத் திறந்து காட்டினார். ஏராளமான நூறு ரூபாய் நோட்டுகள்.

"நீ சாப்பிட வேடிணும். அதை நான் பார்க்க வேணும். நீ பெரிய ஆள். நீ சாமாணியப்பட்ட ஆளா? நேற்று தலைமைச் செயலாளரைப் பார்த்துப் பேச நேர்ந்தது. அவர்கூட உன்னைப்பற்றிப் பேசினார். மந்திரி ஒரு கட்டத்தில் உன்னைப் பிரஸ்தாபித் தாராமே. எனக்கு உன்மீது . அன்பு உண்டு. நீ நன்றாக வர வேண்டியவன்..."

தலைமைச் செயலாளர் மற்றும் அமைச்சர் போன்ற மகா பெரியவர்கள் பாராட்டுகள் கிருஷ்ணமூர்த்திக்கு வேண்டியிருக்க வில்லை. மாறாக, சம்பளம் கட்டவில்லை என்பதற்காக இன்று

காலையில் பள்ளிக்கூடத்தை விட்டு அனுப்பப்பட்ட, நான்காவது படிக்கும் அவனுடைய இரண்டாவது மகன் மணிக்குச் சம்பளப் பணம் ரூபாய் நாற்பது வேண்டும். ஒரு வாரம் காணும் அளவுக் காவது அரிசி, பருப்பு, மளிகைச் சாமான்கள் வாங்கியாக ரூபாய் நூறு வேண்டும். பலசாலியாகவும் கோபக்காரனாயும், எடுத்த துக்கெல்லாம் கன்னத்தில் அறைகிற சுபாவம் உடையவனுமான பெட்டிக்கடைச் சிங்காரத்திடம் சிகரெட் கடன் ரூபாய் இருபத்தி யெட்டு தர வேண்டும். ஆக மொத்தம் நூற்று அறுபத்தியெட்டு வேண்டும். பாராட்டு அல்ல. பணம்.

அவனிடம் ஏதோ சொல்ல முயன்றுகொண்டிருந்தார்.

"நீ ரொம்ப அவசரப்படுகிறாய். உலகமே உன் வழிக்குத் திரும்ப வேண்டும் என்று நீ எதிர்பார்க்கிறாய். அது எவ்வளவு பெரிய தவறு? இதற்கு முன் நீ வேலை செய்த நிறுவனங்கள் எவ்வளவு பெரியவை? எவ்வளவு சௌகரியமாக இருக்கலாம்? உனக்குச் சம்பளம் கொடுத்து, குவார்ட்டர்ஸ் கொடுத்து, மரியாதை கொடுத்து வைத்திருந்தவர்களை உதாசீனம் செய்துவிட்டு, அவர்கள் ஏதோ மக்கள் விரோதமாகச் செயல்படுகிறார்கள் என்கிற குற்றம் சுமத்தி வெளியேறிவிட்டாய். கஞ்சிக்கு லாட்டரி அடிக்கிறாய். இப்போது மக்களா உனக்குச் சோறு போடுகிறார்கள்? உனக்கு ஒரு மூளை இருக்கிற மாதிரி உன் எதிரிக்கும் மூளை இருப்பதை ஏன் நினைக்க மறுக்கிறாய்? கொஞ்சம் வளைந்து கொடுத்து, கொஞ்சம் முகத்தால் சிரித்து கொஞ்சம் இச்சகம் பேசி, கொஞ்சம் தேவடியாத்தனம் பண்ணி, உன் வாழ்க்கையைச் சௌகரியம் பண்ணிக்கொள்வதை விட்டு என்ன கொள்கை, தத்துவம், கருத்து வேண்டிக் கிடக்கிறது? முட்டாள்! குழந்தைகள், மனைவி இவர்களையெல்லாம் நினைத் தாவது நீ அந்தப் பணக்கார நிறுவனத்தில் ஓட்டிக்கொண்டிருக்கலாம். அறிவாளிகள் இப்படியும் அசட்டுத்தனமாய் நடக்க முடியுமா?"

ஆக, நட்ராஜன் எனக்குப் போதனைகளும் அறிவுகளும் நல்கத் தொடங்கினார். மனிதர்க்கு மனிதர் உலகத்தில் செய்யக்கூடிய மிகப்பெரிய அநியாயம் அதுதான்.

"என்னையே எடுத்துக்கோ. எனக்கு மட்டும் என் ஆபீசில் சிவப்புக் கம்பளம் விரித்து, செங்கோலைத் தந்து ஆட்சி நடத்தச் சொல்லியிருக்கிறார்களா, என்ன? எனக்கும் அவமானங்கள் கிடைக்கத்தான் செய்கின்றன. அதற்காக முள்ளங்கிப் பத்தை மாதிரி ஐயாயிரம் ரூபாய் சம்பளம், குடியிருப்பு வசதி, வாகன வசதிகளை

இழக்க முடியுமா என்னால்? இழப்பது புத்திசாலித்தனம்தானா ! முதலாளிகளில் நல்லவன் யார், கெட்டவன் யார்? கழுதை வெட் டையில் எது சிறந்தது?”

கிருஷ்ணமூர்த்தி யோசித்தான். நட்ராஜன் வார்த்தைகளில் உண்மை இல்லாமல் இல்லை. ஆனால், முழு உண்மை இல்லை. அவன் நண்பர்களை அவன் அறிவான்தானே? இறங்கத் தெரியாத அவனை ஏணிமேல் ஏற்றிவிட்டு வேடிக்கை பார்ப்பவர்கள். அவன் எதிரிகளைத் தேடிப் போய் ரகசியமாய்க்கை குலுக்கி, கூட்டணி அமைப்பவர்கள். உதட்டால் சிரித்து, முதுகுக்குப் பின் கேலி செய்பவர்கள்.

“ஆனால், நட்ராஜன்... என் நண்பர்களில் பலர் அயோக்கியர் கள்தான். ஆனால், எனக்காகக் கோடிக்கால் பூதங்களாக ஜனங்கள் இருக்கிறார்களே. என்னை நேசிக்கும், என்னால் நேசிக்கப்படும் அவர்கள்தானே என் உண்மை நண்பர்கள். நான் சில மனிதர் களாலா வாழ்கிறேன். நான் என் பேனாவால் வாழ்கிறேன்.”

“உன்னைத் திருத்த முடியாது. இன்னும் கொஞ்சம்கூட நீ தீனி சாப்பிடவில்லை. கோழிக்கறி பிரமாதம். ஒரு அற்புதம். எடுத்துக்கொள்.”

கிருஷ்ணமூர்த்திக்கு அவைகளெல்லாம் பிடிக்கும்தான். சட்டென்று அவனுக்கு மணி ஞாபகம் வந்துவிட்டது. குழந்தைக்கும் இதெல்லாம் பிடிக்கும். வீட்டில் கறி எடுத்து, மீன் வாங்கி எத்தனை நாட்களாகிவிட்டன. குழந்தைகள் நல்லுணவின்றி வாடுவதை நினைக்கையில் அவனுக்குள் இரக்கம் கசிந்தது. நாளைக்காவது மணியைப் பள்ளிக்கூடம் அனுப்பியாக வேண்டும். நட்ராஜனைக் கேட்க வேண்டும். வெறும், நூற்று அறுபத்தெட்டு ரூபாய். அவருக்கு அது வெறும் பிச்சைக் காசு. ஆனால், எப்படிக் கேட்பது? மனசுக் குள் சுருங்கிப்போனான் கிருஷ்ணமூர்த்தி.

கிருஷ்ணமூர்த்தி பொத்தாம் பொதுவாக, அவனுக்கே உரிய பாணியில் பேசத் தொடங்கினான்.

“இப்போதெல்லாம் பள்ளிக்கூடச் சம்பளப் பணம் மிகவும் அதிகமாகிவிட்டது. தெரியுமா?”

ஆனால், அது ஒரு விஷயமாகவே படவில்லை நட்ராஜனுக்கு. அவர் அண்மையில் வாங்கியிருந்த இருபதாயிரம் ரூபாய் பெறுமானமுள்ள வாகனம் குறித்தே அவர் பேசலுற்றார்.

அந்த வாகனத்தின் பெருமைகள், அதன் உழைப்புத்திறன், அதன் குதிரை சக்தி, வெளி நாட்டில் அதன் மரியாதை,தான் இந்தியப் பொருள்களையே மிகவும் விரும்பிப் பயன்படுத்துவதன் சூட்சுமம், தனக்கிருக்கும் சுதேச பக்தி எல்லாவற்றையும் விரிவாக விளம்பலானார். இடையிடையே, எந்த உணவுப் பொருளையும, கிருஷ்ணமூர்த்தி உண்ணாமைக்காக வருத்தமும் தெரிவிக்கலானார்.

நட்ராஜனுக்குச் சொந்தச் சோகங்கள், எல்லா மனிதர்களையும் போலவே இருக்கவே செய்தன. அவர் ஒருத்தியைக் காதலித்து இருக்கிறார். அவள் இவரைக் காதலிப்பதுபோலவே அபிநயித்து, அவரைக் காட்டிலும் பெரிய பதவியில் இருக்கிறவரைத் திருமணம் செய்துகொண்டுவிட்டாள்.

அவள் புத்திசாலி என்றே கிருஷ்ணமூர்த்திக்குத் தோன்றியது. ஆனாலும் சபை நாகரிகம் கருதி தன் வருத்தத்தைத் தெரிவித்துக்கொண்டான்.

கிருஷ்ணமூர்த்திக்கும் பெண்கள் விஷயமாக மிகுந்த ஞானம் இருந்தது. பதினைந்து வருஷ ரத்தம் வழியும் அனுபவங்களுக்குப் பின்னால், அவன் உணர்ந்துகொண்டதை அவன் எடுத்துரைத்தான். மனசை, சிந்தனையை, பண்பாட்டைப் பொறுத்தமட்டில் ஆண் களுக்கும் பெண்களுக்கும் யாதொரு வித்தியாசமும் இல்லை. துரோ கம், அயோக்கியத்தனம், கேப்மாரித்தனம், முடிச்சவிக்கித்தனம், பொறுக்கித்தனம், விபசாரத்தனம், பொய், பாசாங்கு, பாவனை, அவமானம் செய்தல், களவு, கொலை, சூது முதலான குணங்கள் மனிதகுலம் போற்றி வளர்த்து வருகிற கயமைகள். இவை ஆண் களுக்கும் பொது. பெண்களுக்கும் பொது. மானுட ஜாதிக்கும் பொது. இதில் ஆண் என்ன, பெண் என்ன. இந்தக் காலகட்டத் தில் ஆணும் அப்படித்தான் இருப்பான். பெண்ணும் அப்படித்தான் இருப்பாள்.

“நீ அறிஞன். உன்னால் பெண்களைப் புரிந்துகொள்ள முடிகிறது. என்னைப்போல சாமான்யனுக்கு எப்படிப் புரியும்? பெண்கள் ஆச்சரியம் தருகிறார்கள்.”

“ஆச்சரியம் ஒன்றும் இல்லை. பெண்ணைப் பெரிதாகக் கருதும் பிரமைகளை ஒழியுங்கள். அப்புறம் பெண்ணும் ஆணைப்போலவே சாதாரணமானவளாகிவிடுவாள். எனக்கு இந்த நிமிஷத் தில், பெண் பிரமை அற்றுப்போய்விட்டது. எந்தக் கிளியோபட் ராவும் என்னை அசைத்துவிட முடியாது. “சும்மா அப்படி உட் கார்” என்று என்னால் எவளையும் சொல்ல

முடியும். ஆண்கள் பெண்கள்பால் இருக்கிற பிரமைகளை ஒழித்துவிட்டாலே, ஆண் பெண் சமத்துவம் சாத்தியம் ஆகும்."

"நீ காதலித்ததில்லை." கிருஷ்ணமூர்த்தி சொன்னான்.

"அதைத்தான் நான் தேடிக்கொண்டிருக்கிறேன். காதல் என்ற பொருளை, அது கடவுளைப்போல, நம் கற்பனை. ஆனால், மிகமிக அழகிய கற்பனை."

தட்டில் நிறைய மிச்சங்கள் இருந்தன. மேஜை பார்க்க மிக விகாரமாய் சிகரெட் சாம்பலும், உணவுத் துண்டுகளுமாய் இருந்தது. குடித்தாலே மிகுந்த ஜாக்கிரதை உணர்வு வந்து விடும்போலும். நட்ராஜன் காலடிகளை முள்ளில் நடப்பவரைப்போல மிகவும் ஜாக்கிரதையாக எடுத்துவைத்து நடந்தார். படிகளில் கால் வைத்து இறங்குவது, பஞ்சு மெத்தைகளில் கால் வைப்பது மாதிரி இருந்தது. அவர்கள் தெருவுக்கு வந்தார்கள். குளிர்ந்த இயற்கையான காற்று வீசியது. சட்டென்று இத்தனை மணி நேரம் ஏ.சியில் இருந்தது தன் வாழ்வில் முக்கிய தருணங்களை வீணாக்கிவிட்டதாக அவன் நினைத்தான்.

நட்ராஜன் சொன்னார்.

"கையில் காசு இருந்தது. குடிக்கணும் போல் தோன்றியது. சங்கரனைத் தேடிப் போனேன். அவன் இல்லை. அப்புறம் உன் ஞாபகம் வந்தது. உன் மேல் எனக்கு ரொம்ப மரியாதை, அன்பு, மதிப்பு. ஆகவே உன் வீடு தேடி வந்தேன். வரட்டுமா?"

நட்ராஜன் ஒற்றைப் பத்து ரூபாய் நோட்டை எடுத்து அவன் பாக்கெட்டில் செருகினார். அவன் அவருக்கு ஆட்டோ பிடித்துக் கொடுத்தான்.

"நீயும் ஆட்டோ வைத்துக்கொண்டு வீடு போ" என்றபடி அவர் போய்ச் சேர்ந்தார்.

கிருஷ்ணமூர்த்தி தெருவிளக்கின் கீழ் நின்றான். தன் பாக்கெட்டில் செருகப்பட்ட ரூபாயை எடுத்துப் பார்த்தான். "பத்து ரூபாய். கண்களைச் சுருக்கிக்கொண்டு பார்த்தான். எப்படிப் பார்த்தாலும் அது பத்து ரூபாய்தான். ஒரு தெரு நாய் அவன் அருகில் வந்து அவனைச் சில கணங்கள் பார்த்துக்கொண்டிருந்துவிட்டு, வாலாட்டிவிட்டு, சற்று தூரத்தில் நிறுத்தப்பட்டிருந்த ஒரு மோட்டார் சைக்கிளின் மேல் நிதானமாகச் சிறுநீர் கழித்துவிட்டு, சாவ தானமாக நடந்து சென்றது. ஒரு நாயாய், அதுவும் தெரு

நாயாய்ப் பிறந்திருந்தால் எவ்வளவு சந்தோஷமாக இருந்திருக்கும் என்று அவனுக்குத் தோன்றியது. மறுகணம், அந்த நாயும் அதுபோலவே "ஒரு மனிதனாய்ப் பிறந்திருந்தால்" என்று நினைத்திருக்குமோ என்றும் தோன்றியது.

"வேண்டாம் நாயே" என்று முணுமுணுத்தான்.

கிருஷ்ணமூர்த்தி திரும்பிப் பார்த்தான்.

தெரு துடைத்துவிட்டாற்போல ஆள் அரவம் அற்றுக் கிடந்தது. அவனுக்குப் பின்னால் ஒருவனும் இல்லை. ஒருத்தியும் இல்லை. அவன் ஒரு போர்க்களத்தில் நிற்கிறான். ஆயுத சந்நத்தனாக நிற்கிறான். அவனுக்கு முன்னால், நூறு ஆயிரம் பேர்கள் நிற்கிறார்கள். கண்களில் ரத்த வெறியோடு, கொலை வெறியோடு, பலப்பல நவீன ஆயுதங்களோடு நிற்கிறார்கள்.

கிருஷ்ணமூர்த்தி அந்த விரோதிகளைப் பார்த்துச் சிரிக்கிறான்.

"என்னை, எங்களை நீங்கள் வென்றுவிட முடியுமா என்ன, என் பின் நிற்கும் ஞூரர்களைப் பாருங்கள்" என்றபடி திரும்புகிறான். அவன் பின் ஒருவனும் இல்லை. ஒருத்தியும் இல்லை. அந்த மக்கள் விரோதிகளைக் கண்டனம் செய்யுங்கள் என்றவர்களைக் காணோம். அவர்கள் எதிரிகளின் அணியில், உங்களோடு நான் உடன்படுகிறேன் என்றவர்கள், எதிர் அணியில். உங்களை நேசிக்கிறேன், உங்களுக்காக உயிரையும் தருவேன் என்ற நேசர்கள், எதிர் அணியில்...

அவனுக்கு அழ வேண்டும் போல் இருந்தது. ஆனாலும் அவன் அழக்கூடாது. இது போராட்டக்களம். களத்தில் ஒப்பாரிக்கு இடம் இல்லை. வீடு வந்தபோது ஹேமா மட்டும் விழித்திருந்தாள்.

"தட்டை எடுத்து வைக்கட்டுமா?"

"வேண்டாம். சாப்பிட்டுவிட்டேன்."

பாக்கெட்டைத் தடவிப் பார்த்தான். சிகரெட் வாங்காமல் வந்துவிட்டிருந்தான். ஹேமா, ஒரு சிகரெட் பாக்கெட்டையும் தீப்பெட்டியையும் எடுத்து அவன் மேசை மேல் வைத்தாள்.

"காசு ஏது?"

"கம்மலை மீட்டு விற்றுவிட்டேன். வெறும் அடகில், வட்டி தானே ஏறி விடுகிறது. விற்றால் இருநூறு கிடைக்கும்போலத்

தோன்றியது. விற்றுவிட்டேன். கொஞ்சம் அரிசி, பருப்பு வாங்கி விட்டேன். மீதிப்பணம் இருக்கு. நாளைக்குக் குழந்தைக்குப் பள்ளிக்கூடச் சம்பளம் கட்டிவிட்டு, மீதிப்பணத்தைப் பெட்டிக் கடைக் காரனிடம் கொடுங்கள். கொஞ்சம் மீறும். பனியன் எல்லாம் கிழிந்துவிட்டது. நல்லதாக இரண்டு பனியன் வாங்கிக்கொள்ளுங்கள்."

கிருஷ்ணமூர்த்தி ஹேமாவைப் பார்த்தான். மீண்டும் அந்தக் கற்பனை அவனுக்குத் தோன்றியது. அவன் அந்தப் போராட்டக்களத்தில் தனி இல்லை. அவனுக்குப் பின் ஹேமா இருக்கிறாள். அவளே லட்சம் பேராகப் பரிணமிக்கிறாள். மகிஷாசுரர்களை ஹதம் செய்ய வந்த மகிஷாசுரமர்த்தினி அவள். "நாம் வெல்வோம். நீயும் என்கூட அந்தப் போர்க்களத்துக்கு வருகிறாய். அத்தனை பேரையும் கொன்றுபோடுகிறோம்." அவள் சிரித்தாள்.

"நிறைய குடித்துவிட்டீர்களா? சட்டையைக் கழற்றிவிட்டுப் போய்ப் படுங்கள்."

"இல்லை... கதை எழுதப் போகிறேன்."

"செய்யுங்கள். நான் டீகொண்டு வருகிறேன்."

அவள் போனாள். மல்லிகை வைத்திருந்தாள். வீடு மணத்தது.

2014

காரணங்கள் அகாரணங்கள்

கூட்டத்தைப் பார்த்துத் திகைத்துப் போனார் கேசவன். அந்தக் கோயிலுக்குப் பெரும் கூட்டம் வரும் என்பது அவருக்குத் தெரியும். சில வருஷங்களுக்கு முன் அங்கு வந்திருந்தபோது, அவரே கூட்டம் கண்டு வியந்திருக்கிறார். இப்போது அவர் கண்ட கூட்டத்தைக் கற்பனை செய்திருக்கவில்லை அவர்.

ஊரிலிருந்து புறப்பட்டுச் சமதளத்தில் பேருந்துப் பயணம் செய்து, பிறகு வேறொரு பேருந்தில் ஏறி மலையின் விலாவில் சுற்றிச் சுற்றிப் பயணம் செய்து, கோயில் இருக்கும் சமதளத்துக்கு வந்து சேர்ந்திருந்தார். கோயில் நிர்வாகம் நடத்தும் சுத்தமான விடுதியில் குளித்துத் துவைத்து இஸ்திரி போட்ட ஆடையுடன் வந்தார். சன்னதிக்குச் செல்லும் வரிசை, கண்ணுக்கெட்டிய தூரம் தெரிந்து பிறகு மறைந்தும் போயிற்று. சூனியத்திலிருந்து தோன்றிச் சூனியத்துக்கே போய் மறைகிற வரிசை, உலக உருண்டையைச் சுற்றி நிற்க வைத்தாலும், பக்தர்கள் மேலும் எஞ்சுவார்களாக இருக்கும் என்று நினைத்துக்கொண்டார். வரிசையில் நின்று தரிசனம் முடித்த ஒருவர்தான் பத்து மணி நேரம் நிற்க நேர்ந்ததாகச் சொன்னார் என்று யாரோ ஒருவர் யாரோ ஒருவரிடம் சொல்வதை இவர் கேட்டார்.

கேசவன் பலவிதமான யோசனைகளில் தடுக்கப்பட்டார். வரிசையில் அவரும் நிற்கிறார். முன்னால் இருப்பவர் இவர் மேல் சாய்கிறார். பின்னால் இருப்பவர் அவரை முன் பக்கம்

தள்ளுகிறார். முன்பக்கமும் பின்பக்கமும் அவர் இடிபடுகிறார். வரிசையில் முன்னாலோ பின்னாலோ பெண் பக்தர்கள் இருக்க நேர்ந்தால் விஷயம் விபரீதமாகவும் ஆகக்கூடும். அவருக்கு அண்மைக் காலமாக வேளை, நேரம் இல்லாமல் இயற்கையின் அழைப்பு வந்துவிடுகிறது. வரிசையைக் குலைத்து விட்டு அதற்கென்று எங்கு போவது? களைப்புக்காகக் காப்பி சாப்பிட முடியாது. காப்பி சாப்பிட்டதும் ஒரு வில்ஸ் சிகரட் வேண்டியிருக்கும். அது அந்த இடத்தில் அபசாரமாகும்.

வெயில் சுள்ளென்றது. அடிக்கடி வானம் மூடிக்கொண்டு குளிர்ந்த காற்று வீசியது. கூட்டத்துக்கே உரிய குழப்பமான ஒலிகளில், வெளிகளின் நீட்சி நடுங்கும்போல் தோன்றியது. வரிசையில் நின்று தரிசனம் செய்யும் எண்ணத்தைக் கைவிட்டார். அந்த எண்ணம் தோன்றியவுடனே, தத்துவபரமாகவும் அவர் சிந்திக்கலானார். கேசவனின் தேகரீதியான சிரமம் கடவுள் அறியாததல்லை. அறியாமல் இருப்பாரேயாகில் அவர் தெய்வமாக இருக்க முடியாது. பத்து மணி நேரம் வரிசையில் நின்று பார்க்க, கடவுள் அவ்வளவு தூரத்திலா இருக்கிறார். புத்தகத்தில் இருந்து பிரசங்கம் செய்யும் தெய்வீக வாக்காளர்வரை எல்லோருமே, கடவுள் உனக்குள் இருக்கிறார் என்கிறார்கள். இது எல்லோருக்கும் தெரிகிற சமாசாரம்தான். பின் எதற்காக இந்த மலைச்சாமியைப் பார்க்க மலை ஏறி வருகிறார்கள். நூறு, ஆயிரம் என்று செலவு செய்துகொண்டு எதற்காக வரவேண்டும்?

பயணம் பண்ணுவதில் மக்களுக்கு இருக்கும் உள்ளார்த்த ஆர்வமாக இருக்கக்கூடும். புதுப்புது இடங்கள், புதிய கட்சிகள், புதிய முகங்கள் காணும் அவாவாக இருக்கலாம். பல மகான்கள், பல பெரியோர்கள், பல புண்ணியஸ்தர்கள் மிதித்த மண்ணைத் தாமும் மிதிக்கிறோம் என்ற எண்ணமாக இருக்கலாம். கூட்டத்தின் திரளில் தம் தனிமை அச்சத்தை விரட்டும் நோக்கமாக இருக்கலாம். இருண்ட ஒளிபுகாக் காடுகளில் வாழ நேர்ந்த காலத்தின் சதா நிகழும் உயிரச்சத்தை, மரணம் கையெட்டும் தூரத்திலேயே நின்று மருட்டிய பயத்தை வென்றதன் கொண்டாட்டமாக இம்மலைப் பயணத்தை அவர்கள் மேற்கொண்டிருக்கலாம்.

மூச்சு முட்டுவதாக இருந்த கூட்டத்தை விட்டு வெளியேறினார் கேசவன். அவருக்கும், சாமியிடம் சொல்வதற்கு ஒரு வேண்டுதல் இருந்தது. சொந்த வேண்டுதல் இல்லை. அலுவலகப் புரமோஷன்

போன்ற சமாசாரங்கள் இல்லை. அவர் காரணம் என்றும் முழுதாகச் சொல்ல முடியாது. அவர் காரணம் இல்லை என்றும் சொல்லி விட முடியாது. ஒரு இக்கட்டான நிலைமை.

நேற்று முன்தினம், அவர் சொந்த ஊருக்குப் புறப்பட வேண்டி இருந்தது. அழகர்குளம் பேருந்து நிலையத்துக்குப் போய்த்தான், அவர் ஊருக்குப் போகும் பேருந்தைப் பிடிக்க வேண்டும். வழியில் அதை நிறுத்தி ஏறிக்கொள்ளலாம்தான். உட்கார இடம் கிடைப்பது என்பது சாத்தியம் இல்லை. நின்றுகொண்டே ஏழு, எட்டு மணி நேரம் பயணம் செய்வது என்பதை அவர் நினைத்துப் பார்க்க முடியாது. அதற்கான உடல் தெம்பை இழந்து பல காலம் ஆகி விட்டிருந்தது. மேலும் அது இரவு நேரம். ஆகவே, பேருந்துகள் புறப்படும் அழகர்குளம் நிலையத்துக்குப் போய்விட முடிவு செய்தார்.

நேரமும் அதிகம் இல்லை. ஒன்பது மணி வண்டியைப் பிடிக்க ஏழரை மணிக்கே புறப்பட வேண்டும். இரண்டு வண்டிகள் மாறி அழகர்குளத்தை எட்டரைக்குள் சேர்ந்து விடலாம். அவரும் ஏழு மணிக்குப் புறப்படும் நோக்கத்தோடுதான் ஆறரைக்குள் குளித்து முடித்து ஆயத்தமானார். அந்த நேரம் பார்த்து மூர்த்தி வந்து சேர்ந்தார். அவரும் ஒரு பிரச்சனையுடன் வந்திருந்தார். அவருடைய மாமனாருக்கும், புகழ்பெற்ற இருதய நோய் நிபுணர் சத்தியானந்திடம் நேரம் குறித்துச் சந்திக்க வேண்டியிருந்தது. கொஞ்சம் அவசரம் என்றார் மூர்த்தி. முந்தின நாள் இரவு மூச்சுத் திணறலில் அவரால் உறங்க முடியாமல் ஆகிவிட்டிருந்தது. சத்தியானந்த், கேசவனுக்கு மிகவும் வேண்டியவர். தொலைபேசியில் அவருடன் பேசி நேரம் வாங்கித் தரவேண்டும் என்று மூர்த்தி கேசவனிடம் கேட்டுக்கொண்டார். நீண்ட கால நண்பர் மூர்த்தி. அறிமுகமே அற்றவராக இருந்தாலும்கூட இதை அவர் செய்வதுதான் முறை. கேசவன் சத்தியானந்துக்குத் தொலைபேசி செய்தார். அவருடைய துணையாளர் சுசீலாதான் எதிர்முனையில் கிடைத்தார்.

"சுசீலா, டாக்டர் கிட்டே ஒரு அப்பாய்ன்ட்மென்ட் விஷயமாகப் பேசியாகணுமே"

சில நிமிஷங்களுக்குப் பிறகு சுசீலா மீண்டும் பேசினாள். கேசவன் அழைப்பை டாக்டரிடம் அவள் சொன்னாள். டாக்டர் ஒரு அவசர நோயாளியைக் கவனித்துக்கொண்டிருந்தார். முடிந்ததும் அவரே கேசவனை அழைப்பார்.

ஆக, கேசவன் காத்திருக்க வேண்டிய நிலைமை ஏற்பட்டது நேரம் கடந்துகொண்டிருந்தது. அவர் இரண்டு பேருந்துகளைப் பிடித்துப் பேருந்து நிலையம் போக முடியாது. மூர்த்தி அவருடைய மாமனாரின் இருதயம் பற்றிப் பேசிக்கொண்டிருந்தார். பொதுவாக மனித இதயங்களின் செயல்பாடு, அவற்றின் அருமை, பெருமை பற்றியெல்லாம் மூர்த்திக்குச் சொல்ல ஏராளமான தகவல்கள் இருந்தன. 'நெட்டில்' அவர் இது பற்றித்தான் அண்மைக் காலங்களில் அதிகமாக ஆராய்ந்துகொண்டிருப்பதாகச் சொன்னார்.

டாக்டர் போன் செய்தார். விஷயத்தைக் கேட்டுக்கொண்டார். நேரமும் அளித்தார்.

"நல்லது மூர்த்தி. மாமனாரை டாக்டரிடம் அழைத்துப் போங்கள். எல்லாம் சரியாகிவிடும். நான் ஊருக்குக் கிளம்புகிறேன்"

மூர்த்திக்கு இதயம் பற்றி, தான் அறிந்தவைகளை இன்னும் எடுத்துச் சொல்ல வேண்டியிருந்தது. கேசவனின் அவசரத்தை உணர்ந்தவராக விடைபெற்றனர்.

இனிமேல் இரண்டு பேருந்துகளைப் பிடிக்க முடியாது. அவர், வழக்கமாக ஆட்டோவில் பயணம் செய்ய நேர்கிறபோது, அம்பாள் கபே வாசல் ஸ்டாண்டில் இருக்கும் மைதீன் ஆட்டோவைத்தான் பிடிப்பார். முதல் சில அனுபவங்களுக்குப் பிறகு மைதீன் அவருக்குத் தோதானவர் என்பதை அறிந்துகொண்டார். அனாவசியமாக ஊரைச் சுற்றிக் காட்டுவதில்லை. அதிகமாகக் கேட்பதில்லை, அடாவடித்தனமும் அவரிடம் இல்லை. காத்திருக்கச் சொன்னால் முகம் சுளிப்பதில்லை. எல்லாவற்றுக்கும் மேலே மனித மதிப்பைப் புரிந்தவராக இருந்தார்.

தன்னைக் கடந்து செல்கிற அல்லது குறுக்கே வருகிற எவனையும் வைகிற பழக்கமும் அவரிடம் இல்லை. ஒரு வகையான சிநேகமும் அவரிடம் ஏற்பட்டிருந்தது. ஆகவே, ஓட்டலில் காப்பி சாப்பிட்டு விட்டு ஆட்டோ பிடித்து ஊருக்குப் போகலாம் என்ற எண்ணத்துடன் பையை எடுத்துக்கொண்டு புறப்பட்டார். உணவு விடுதிச் சுவரை ஒட்டி நிறுத்தி வைக்கப்பட்டிருக்கும் அந்த ஆட்டோ இல்லை. மைதீன் சவாரி போயிருப்பார் என்று கேசவன் நினைத்துக்கொண்டார். அவர் நிற்கும் இடத்துக்கும் அழகர்குளம் பேருந்து நிலையத்துக்கும் ஆட்டோ சத்தம் எண்பது ரூபாய் ஆகும். மைதீன் அதை அடைந்தால் கேசவனுக்குச்

சந்தோஷமாக இருக்கும். வேறு ஆட்டோக்காரர் நூறு ரூபாய் கேட்பார். வெளியூர்க்காரர் என நினைத்து இருநூறு ரூபாய் கேட்ட ஆட்டோக்காரர்களும் உண்டு. ஆட்டோக்காரர்களில் பேருந்து நிலையத்துக்கு வெளியேயே நிறுத்திவிட்டுக் காசை எடு என்பவர்களும் இருந்தார்கள். வெளிப்புற வாசலுக்கும் உள் வாசலுக்கும் சுமாராக ஒரு பர்லாக் தூரம் இருந்தது. பைச் சுமையுடன் அந்த தூரம் நடப்பதில் இப்போதெல்லாம் கேசவனுக்குச் சிரமம் இருந்தது.

சுரத்தில்லாமல் காப்பி குடித்துவிட்டுத் தெருவுக்கு வருகையில் மைதீன் ஆட்டோ அதன் இடத்துக்கு வந்து நின்றது.

"பஸ் ஸ்டாண்டுக்குப் போகணுமே மைதீன்" என்றார் கேசவன்.

"அழகர் குளம் ஸ்டாண்டுக்கா சார்?"

"உம்"

"ஐயோ, ஒரு காலேஜ் ஸ்டூண்ட்டை ஏத்திக்கிட்டு வரணும் சார். அவங்களுக்கு பாஷை தெரியாது. என்னைத்தான் நம்பி ஏறுவாங்க. எட்டரை மணிக்கு வர்றேன்னுட்டேன். என்ன பண்றது?"

கேசவனுக்கு முகம் தொங்கிப் போயிற்று.

"பரவாயில்லை. நான் வேறு ஆட்டோவைப் பிடிச்சுக்கிறேன்..." அவருடைய குரல் அவருக்கே சுரத்தில்லாமல் ஒலித்தது.

"சார் கேட்டு வரலைன்னு சொல்லக்கூடாது. மணி என்ன சார் இப்போ?"

"எட்டே கால் ஆகுது"

"போய்த் திரும்ப முக்கால் அவர், ஒன் அவர் ஆகுமே சார்."

மைதீனை அந்தச் சூழலில் நிறுத்தியிருக்கக்கூடாதுதான். மைதீனின் ஆட்டோவில் பேருந்து நிலையம் போனால்தான் பிரயாணம் சௌகரியமாக இருக்கும் என்பது போன்ற பாவனையை அவர் ஏற்படுத்தியவராக இருந்தார்.

"சரி சார். பரவாயில்லை. வாங்க ஒரு அரை அவர் அந்தப் பெண் காத்திருக்கும். வாங்க."

மொழி தெரியாத பெண் காத்திருக்கவும் அவசியம் இல்லாமல், மைதீனுக்கும் நெருக்கடி தராமல் கேசவன் போயிருக்கலாம். மைதீன் போகலாம் என்றதும் உடனே ஏறி அமர்ந்துகொண்டார். மைதீன் அவருக்கு இயல்பு இல்லாத வேகத்துடன் ஓட்டிக்கொண்டு போனார். இரண்டு பையன்கள் 'டபுள்சில்' வந்த ஒரு சைக்கிளை ஏற்றிவிட இருந்தார். பையன்களுக்கு ஆயுள் கெட்டியாக இருந்தது. ஒரு கார் டிரைவர், மைதீனின் அம்மாவை வைதார்.

"கொஞ்சம் பொறுமையா போகலாமே" என்று கேசவன் பயத்துடன் சொன்னார்.

"சீக்கிரம் திரும்பணும் சார். பாவம் தனியா நிக்கும் அந்தப் பெண். திருவான்மியூருக்குப் போகணுமே"

பேருந்து நிலையம் வந்து சேர்ந்து, பணத்தை எண்ணாமலேயே சட்டைப் பையில் போட்டுக்கொண்டு சீறிக்கொண்டு புறப்பட்ட மைதீனை, ஆட்டோவைப் பார்த்துக்கொண்டு நின்றார் கேசவன்.

நேரம் ஆக ஆக மலையில் கூட்டம் அடர்த்தியாகிக் கொண்டிருந்தது. மனிதர்களை உராய்வதும் இடித்துக் கொள்வதும் சங்கடமாக இருந்தது. அத்தனை பேரும் ஏதோ ஒன்றினுக்குக் காரணம் ஆகிதான் காரணம் இல்லை என்று ஒப்புதல் பெற்றுக்கொள்ள வந்தவர்கள்போலத் தோன்றியது. மலையிலிருந்து சம தளத்துக்கு வந்து மீண்டும் ஒரு பேருந்தைப் பிடித்து ஊ திரும்பிக்கொண்டிருந்தார்.

மைதீன் விபத்துக்குள்ளானதுக்கு, தான் காரணமா? அல்லது யார் காரணம்? அவர் அழைத்து மைதீன் வந்தார். வேறு ஆட்டோவைப் பிடித்திருக்கலாம் அவர். மனத்தளவில் மைதீனுக்கு நெருக்கடி தந்திருக்கிறார் அவர். மூர்த்தி புறப்படும் நேரம் பார்த்து வருவானேன்? அந்த நேரம் பார்த்தா டாக்டரிடம் அந்த அவசர நோயாளி வர வேண்டும். எல்லாம் எழுதி வைத்ததுபோல நடந்துகொண்டிருக்கிறது. அவர் பேருந்தைப் பிடிக்கக்கூடாது என்பதற்காகவும், ஆட்டோ பிடித்தே விரைய வேண்டும் என்பதுக்காகவும் சந்தர்ப்பங்கள் உருவாக்கப்பட்டன போலல்லவா இருக்கிறது.

நான் இந்த ஊருக்கே மாற்றலாகி வந்திருக்கக்கூடாது. இந்த ஏரியாவுக்கே வந்திருக்கக்கூடாது. இந்தத் துறையை எடுத்துப் படித்திருக்கக்கூடாது. வலைக்குள் வலையாக அவர் தன்னை

உரித்துக்கொண்டே போனார். நான் பிறந்திருக்கவே கூடாது என்ற இடத்துக்கு வந்து சேர்ந்தார்.

கேசவன் தலையைக் குலுக்கிக்கொண்டார்.

பேருந்து, எதைப் பற்றியும் கவலைப்படாமல் போட்டு வைத்த சாலையில் போய்க்கொண்டே இருந்தது.

ஊர் வேலை முடிந்து உடனடியாகத் திரும்பினார். காப்பி சாப்பிட்டுவிட்டு, பழக்கம் காரணமாக ஆட்டோ ஸ்டாண்டை நோக்கினார். மைதீன் வண்டி இருந்த இடத்தில் வேறு ஒரு ஆட்டோவும் டிரைவரும் இருந்தார்கள். கேசவன் பார்த்ததும் அந்த டிரைவர் தானாகவே முன் வந்து செய்தியைச் சொன்னார்.

"தெரியுமா சார்... பஸ் ஸ்டாண்டு சவாரியை இறக்கி விட்டுட்டுத் திரும்பும்போது ஆக்சிடெண்ட் ஏற்பட்டுடுச்சி சார்... மைதீன், ஆஸ்பத்திரியில்தான் இருக்கான்."

2014

குயிலம்மை

குயில் ஆயா, தெருவில் அப்போதுதான் விழுந்து பரவி வரும் இளைய வெயிலைப் பார்த்துக்கொண்டிருந்தது. நிலைகுத்திய ஆயாவின் கண்கள் எது ஒன்றையும் பார்த்த மாதிரியும் இல்லை. மூர்த்தி என்று அழைக்கப்படும் நான் கேட்டேன்.

"தெருவில் உனக்கு என்னதான் தெரியுது, ஆயா?"

"ஆறு ஓடுதே, அதைப் பார்த்துக்கிட்டு இருக்கேன்."

ஆயா இப்படித்தான் பேசும். மூர்த்திக்கு ஏழு எட்டு வயது என்றால் குயில் ஆயாவுக்கு எண்பதைக் கடந்த பிராயம். ரெட்டை ஜடை போட்டுச் சிவப்பு ரிப்பன் வைத்துக்கொண்டு முகம் முழுக்கப் பவுடரைப் பூசி வெள்ளையாக்கிக்கொண்டு அவனுடன் விளையாட வரும் வத்சலா, பட்டன் இல்லாத கால்சட்டை போட்டுத் திரியும் கோபி எல்லோரும் அவனை நிகர்த்த வயசுக்காரர்கள் என்றாலும், அவனுக்கு ஆயாதான் சினேகிதி. ஆண்டுக் கணக்கில் ஆயாவின் பேச்சைக் கேட்டுக்கேட்டு, ஏதோ ஒரு வகையாக உருட்டித் திரட்டி ஆயாவைப் புரிந்துகொண்டிருப்பதாய் நினைத்துக்கொள்வான் மூர்த்தி. அம்மா, வெளிப்படையாகவே பைத்தியம் என்பாள். கழண்டு போச்சு என்பாள். தன் அம்மாவைப் பற்றித் தன் மனைவி சொல்லும் கேலிகள் அப்பாவை வருத்தப்படுத்தியிருக்கும்தான் என்றாலும் அப்பா வார்த்தைகளின் மேல் நம்பிக்கை இழந்துவிட்டிருந்தார் என்றே தோன்றியது.

ஆயா இப்படித்தான் பேசிக்கொண்டிருந்தது. ஆறு என்று அது சொல்லும். என்ன ஆறு, அதன் பேர் என்ன என்று கேட்டால், போகாத வழி போகும் ஆறு, மலையைப் பெயர்த்து வந்து சிமிழுக்குள் அடங்கும் ஆறு? உட்கார்ந்து கதை பேசும் ஆறு என்பதாக ஆயாவின் பதில் இருக்கும். அம்மா புரியவில்லை என்கிறாள். எதுதான் எல்லார்க்கும் புரிந்துவிடுகிறது. மூர்த்தி இப்படியாகச் சொல்லி ஆயாவுக்கு ஒத்திசைத்தால், "நீயும் வர வர அந்தக் கிழவியாயிட்டிருக்கே. போங்க. எல்லாரும் தலைசுத்திப் பாயைப் பிறாண்டுங்கள். எனக்கென்ன" என்பாள்.

மூர்த்திக்கு அவன் வீட்டில் பிடித்த இடம் திண்ணையாக இருந்தது. வீடு என்பது உள் நடை சைக்கிள் விடும் இடமாக இருந்தது. ஓர் ஓரம் போட்டிருந்த நீள பெஞ்ச்சில் படுப்பவர்கள் படுக்கலாம். இரண்டு கைத்தாழ்வாரம் ஒன்றில் நெல் காய வைக்க, உளுந்து, ஊறுகாய் இத்யாதிகள் வெயில்பட வைக்க. ஒரு கைத் தாழ்வாரம் சாய்வு நாற்காலி இருப்பது. சாய்வு நாற்காலி என்பது அப்பா, மாமா போன்ற ஆண் பெரியவர்களுக்கானது. ஒரு வகையான கண்டிப்பு, தோரணையோடு கூடியது. அங்கிருந்துதான், படிச்சியா, வீட்டுப் பாடம் எழுதினாயா, மனப்பாடம் ஆச்சா, கணக்கெல்லாம் போட்டாச்சா என்பது போன்ற எப்போதும் வெறுக்கத்தக்கதும் சாரமற்றது மான கேள்விகள் பிறக்கும். வீடு, அவனுக்கு மூச்சு முட்ட இருந்தது. திண்ணை என்பது எப்போதும் உயிரோடு இருக்கிற மயில் இறகு. நண்பர்களுடன் பேச விளையாட திண்ணையை ஒட்டிய வாசல் படிக்கட்டில் குயில் ஆயா வலப்புறம் உட்கார்ந்திருக்கும். பல நூற் றாண்டாக அந்த இடம்தான் ஆயாவுக்கு. அந்த இடமே ஆயா இடம். இஸ்திரி போட்டு அடுக்கி வைக்கப்பட்ட துணி வரிசை மாதிரி, ஆயா அமர்ந்திருக்கும். எப்போதாவது சின்ன உரலையும் உலக்கையையும்கொண்டு வெற்றிலை பாக்கு இடித்து, வாயில் போட்டுக் கொள்ளும்.

அம்மா, மாமியாராகிய ஆயாவைப் பற்றி ஏதாவது சொல்லிக்கொண்டிருக்குமே தவிர, காரியத்தில் பழம். ஆயா, விடிகாலையில், இருள் பிரியும் முன்னும், சூரியன் விழித்துக்கொள்ளும் முன்னும் விழித்துக்கொள்ளும் இயல்பினது ஆகையினால், ஆயா எழுந்து உக்காரும் போதே தண்ணீர் சுட வைத்து விளாவியும் வைத்துவிடும். காலையில் ஒன்றும் சாப்பிடுவதில்லை ஆயா. மதியம் சோற்றைக் கரைத்து ரசஞ்சோறு. இரவு இரண்டு வாழைப்பழம் மட்டும். இதை எதன் பொருட்டும்

செய்யத்தவறாது அம்மா. ஆயா ஒரு முறை, அம்மாவைப் பற்றி உத்தமமான பெண் என்று மூர்த்தியிடம் சொன்னது நினைவுக்கு வருகிறது.

அம்மாவிடம் இருந்தும், அப்பா, மாமா உறவுக்காரப் பெண்கள் என்று பலரிடம் இருந்தும் ஆயாவைப் பற்றிய தகவல்களை மூர்த்தி திரட்டியிருந்தான்.

ஆயா, ஓர் ஆற்றங்கரைக் கிராமத்தைச் சேர்ந்தவள். ஆண்டு தோறும் வெள்ளப் பெருக்கெடுக்கும் வேகவதி ஆற்றங்கரை. ஆலை யும் அரசையும் அசைத்து எடுத்துச் செல்லும் ஆறு அது. அந்த வெள்ளத்தில் சிக்கிக்கொள்ளும் மனிதர்களை, ஒருத்தியாகப் பாய்ந்து காப்பாற்றும் சூரியாக இருந்தவள் அவள் என்று ஒரு பெயர் ஆயாவுக்கு இருந்தது. அழகான குயில் இருக்க, என்னத்துக்குக் கோகிலம். ஆயாவின் அப்பாவுக்கும் அம்மாவுக்கும் குயில் என்று பெயர் வைக்க எப்படித் தோன்றியது? ஆச்சரியம்தான். குயில் ஆயா, ஊருக்கு வந்து சேர்ந்த பொழுதில் அதுக்கு மிகவும் நெருக்கமாக இருந்த அம்மாள் எங்கள் பக்கத்து வீட்டு உண்ணாமலை அம்மாள். கடை கண்ணி எங்கும் இவர்கள் சேர்ந்தே போவார்களாம். சதா வெற்றிலை போடும் உண்ணாமலை அம்மாள், கடைவாயில் எச்சில் வழிய, குயில் ஆயா பற்றி ஒரு புனைவின் சாயல் படியும் தகவல்களைச் சொன்னார்.

குயிலம்மாள், தன்னை ஆற்றின் புத்திரி என்றே கருதி இருக் கிறாள். ஆற்றோரத் தென்னந்தோப்பில் இருந்தது குயிலின் வீடு. பின்பக்கக் கதவைத் திறந்தால் ஆற்றுப் படித்துறை. குயிலின் இருப் பெல்லாம் அங்குதான். வேகவதியின் காலை முகம் சாந்தம். அப்போது அவள் பேச்சு, நுங்கு. சீதளம். வேகவதி சிரிப்பாள். பாடுவாள். சுழிப்பில், வட்டச்சுற்றில், பொங்கலில், அவள் நாட்டிய ஜதிகள். நீர்நிலை பேசும், பாடும்.

குயிலம்மை, ஓடும் நதியில் உயிர்த்திருக்கிறாள். அதையே பார்த்து, அதையே உணர்ந்து, ஒரு கட்டத்தில் அதுவாகவே மாறி விட்டிருக்கிறாள்.

குயிலுக்குக் கல்யாண ஏற்பாடுகள் நடந்திருக்கின்றன. அது அவளுக்குச் சம்மதமா என்றால், இல்லை. அது முக்கியம் இல்லை. மாட்டைக் கேட்டா கொட்டாய் போடுவது என்பது அக் காலத்துச் சொலவடை. மணமகனாகத் தீர்மானிக்கப்பட்டவன், முன்னரே நான்கு திருமணங்களைக்கொண்டவன். நாலு பெண்களில்

பிரபஞ்சன் | 69

இரண்டு பேர் கிணற்றில் விழுந்து மாய்ந்துபோனார்கள். ஒருத்தி பைத்தியம்கொண்டாள். கடைசிப் பெண், ஓடிப் போனாள். அதனால் பிழைத்தாள். ஒரு மதிய வேளை படித்துறையில் குயில் அமர்ந்து, ஓடும் நதியைப் பார்த்துக்கொண்டிருந்தாள். நதி ஓடிக்கொண்டிருந்தது. ஓடுவது உயிர்ப்பு. ஏன் முடங்கிப் போனாய்?" என்று ஆறு அவளிடம் கேட்டிருக்கிறது. வானத்தை அளாவிப் பறந்து சென்ற ஒரு நீலகண்டப் பறவை அவளைப் பார்த்துக் கேலியாகச் சிரித்தது. அவளது தலை முடியைக் கலைத்துப் புடைவையைப் பறக்கச் செய்த காற்று அவளிடம் எதையோ சொல்லியதாம். சதுரம் சதுரமாக நிலம்கொண்டு, சதுரம் சதுரமாக அறை கட்டி, ஈராயிரம் ஆண்டு உண்டு, சதுரமாகப் பள்ளம் வெட்டிப் புதைந்து போ என்பதாக அந்தக் காற்று சொல்லியதாம். அப்படியே புறப்பட்டிருக்கிறாள். கட்டிய புடவையோடு, எடுத்துக் கட்டிய கூந்தலோடு புறப்பட்டுவிட்டாளாம்.

"கல்யாணம் பிடிக்காதது காரணமா?" என்று உண்ணாமலை அம்மாள் கேட்டிருக்கிறார். காரணம் என்று எதையும் சொல்வதற் கில்லை. எந்தக் காரியத்துக்கும் ஒரு காரணம் தேவைப்படுகிறது. காரணம் அல்லது காரணங்கள் எவையும் காரணமாக இருப்ப தில்லை. காரணம் என்று சொல்லப்படுகிற ஒன்றுக்குப் பின்னால் வேறு ஒன்று; ஒன்றுக்கு நிழலாக வேறு ஒன்று.

எது காரணம்? சொல்லப்படும் காரணம் ஒன்றாகவும், எத்தனை சமாதானங்களை இட்டு நிரப்பிக்கொள்ள வேண்டியிருக்கிறது.

"காரணமே இல்லாமல்தான் புறப்பட்டேன். புறப்படத் தோன்றி யது. புறப்பட்டுவிட்டேன்" என்பதுதான் குயிலின் பதிலாக இருந் திருக்கிறது.

பொட்டல் வெளியாக நீண்ட பிரதேசம் வந்திருக்கிறாள் குயில். தார்ரோடு புழக்கத்துக்கு வராத காலம். மண் ரஸ்தா, ஓரமாக அடர்ந்திருந்த புளிய மரங்கள். வேலம் தோப்புகள். அத்தோப்பைக் கடக்கும்போது மரணம் ஒன்றைச் சந்தித்தாள் அவள். பிரசவத்தில் இறந்த பெண்ணைப் புதைத்துக்கொண்டிருந்தான் அவள் கணவன். பழந்துணியில் கிடத்தி வைக்கப்பட்ட குழந்தை, பிறந்த சில மணிகளேயான துன்பத்தில் அழுதுகொண்டிருந்தது. தாய், வெயிலில் வதங்கிக் கிடந்தாள். அவளைப் புதைப்பதற்கு உதவியிருக்கிறாள். குழந்தையைக்கையில் எடுத்துக்கொண்டாள். ஊர்க் கலகத்தில் ஊரை விட்டுப் புறப்பட்ட குடும்பம் அது.

கிணற்றில் விழுந்த செம்பை எடுப்பது, கட்டட வேலையில் மண் சுமப்பது என்று கூப்பிட்ட தொழிலைச் செய்பவனாம் அவன். அவனுடனும் குழந்தையுடனும் சில மாதங்கள் இருந்திருக்கிறாள். ஏன்? "தோன்றியது இருந்தேன்?" என்றாள். ஒரு நாள் அங்கிருந்தும் புறப்பட்டாள்.

குள்ளஞ்சாவடி சந்தை நல்ல வண்டிக் காளைகளுக்குப் பெயர் பெற்றது. தாத்தா மாடு பிடிக்கப் போயிருக்கிறார். பிடித்து, கிருஷ்ணக் கோனாரிடம் ஒப்படைத்து நடத்திவரச் சொல்லிவிட்டுக் குதிரை வண்டியில் வீடு திரும்பிக்கொண்டிருந்தார். மரங்களின் உச்சியில் இருள் படர்ந்துகொண்டிருந்த நேரம். வேப்ப மரத்தின் கீழே வெள்ளைப் புடைவைக்காரி ஒருத்தி நின்றிருப்பதைப் பார்த்து வண்டியை நிறுத்தி, இறங்கி வந்து, "யாராது பெண்ணே?" என்றார். "நான் வேகவதி ஆற்றுக் கிராமம்" என்றிருக்கிறாள்.

"எங்கே பயணம்?"

"தெரியலை."

அந்தக் கணம் உருண்டு கெட்டியாக வடிவம்கொண்டது. ஆகாயத்துப் பறவைகள் கூடு நோக்கிப் பறந்துகொண்டிருந்த நேரம். ஒரு வெள்ளைப் பறவை, தன் அலகால் வானத்தில் எதையோ எழுதிச் சென்றது.

"என்ன பேரு?"

"குயிலம்பாள்."

"என்னோட வரியா? வச்சுப் படைக்கிறேன்."

குதிரை வண்டியில் ஏறி அமர்ந்தாள். இருட்டு ரஸ்தாவில், குதிரைக்கு வழி தெரிந்திருந்தது. வண்டிச் சக்கரம் மணலில் அழுந்தி முன்னேற்றிக்கொண்டிருந்தது. தாத்தா கதவைத் தட்டியதும், கண்ணம்மா ஆயா வந்து கதவைத் திறந்தாள். அவருக்குப் பின்னால் இருந்த பெண்ணைப் பார்த்து "அதாரு?" என்றாள்.

"அவ இங்கேதான் இருக்கப் போறா."

கண்ணம்மா ஆயா, குயிலைப் பார்த்து, "உள்ளே வா" என்றாள்.

மூத்தாள் இவளை எப்படி ஏற்றுக்கொண்டாள்? ஏற்பதும் ஏற்காததும் யார் கையிலும் இல்லை. அது அப்படித்தான்

பிரபஞ்சன் | 71

இருந்தது. கிணற்றடிக்குப் போன குயில் நாலு வாளித் தண்ணீரை விட்டுக் கொடுத்துத் திரும்பும்போது, கண்ணம்மை ஒரு பழம் புடவையைக்கொண்டு வந்து தந்தாள். உடுத்திக்கொண்டாள். நேராக அடுப்பறைக்குப் போய், இரவுச் சமையலுக்கு ஒத்தாசை செய்தாள் குயிலம்மை. மறுநாள் விடிந்ததுமே, நாலு புடவைகள் வாங்கி வந்தார் தாத்தா. அவற்றைக் குயிலம்மையிடம் தந்தார். குயில் அவற்றில் இரண்டைக் கண்ணம்மையிடம் தந்தாள். அந்த நிமிஷத்தில் இருந்துதான் கண்ணம்மை குயிலிடம் பேசத் தொடங்கினாள். தேக்கு மரத்தாலான தன் அலமாரியைத் திறந்து, கழுத்துக்கு, காதுக்கு என்று நகைகளை எடுத்துக் கொடுத்தாள் கண்ணம்மை.

மூர்த்தி வளர்ந்த பிறகு ஒரு முறை கேட்டான். "ஒரு வீட்டில் ரெண்டு பெண்டாட்டிகள் இருந்துகொண்டு எப்படிப் புருஷனைப் பங்கிட்டுக்கொண்டீர்கள்?"

குயிலாயா திண்ணை ஓரம்தான் அமர்ந்திருந்தது.

"என்ன கேட்டே?"

தெருவை, ஆற்றை விட்டு மீண்டுவர அதுக்குச் சற்றுத் தாமதம் ஏற்பட்டது.

என்ன மாதிரிச் சந்தேகம் எல்லாம் வருகிறது என்பதுபோல அவனைப் பார்த்தது.

"கடையில் இருந்து திரும்பும்போது, விறகுச் சவுக்குக் குச்சிகளோடு திரும்புவார். அதுகளையாரிடம் தந்து தண்ணீ சுட வை" என்கிறாரோ அவள் அன்றைக்கு."

"உங்களுக்குள் பொறாமை காரணமாக சண்டை வரணுமே?"

"எதுக்கு வரணும்? அது பெற்றது நான் பெற்றதுதானே..."

மருங்காபுரிக் கள்ளுக் கடையை ஏலம் எடுத்த தாத்தா, அதைக் குயிலம்மாவுக்குக் கொடுத்தார். தோப்பில் கடை போடப்பட்டது. சிங்கப்பூரிலிருந்து கள் ஜாடி வந்தது. குயவர் பாளையத்திலிருந்து மொந்தைகள் செய்து வந்தன. கள் பீப்பாய்கள் வந்து இறங்கின. கடையை ஒட்டிச் சாக்னா கடை போட்டாள் குயிலம்மை. வறுத்த பருப்பு வகைகள், மீன், நண்டு, எறா, கறி வறுவல்கள், தோசை என்று பதார்த்தக் கடையைத் தொடங்கினாள். துணைக்குக் கதிர் காமத்திலிருந்து ராசகுமாரி வந்து சேர்ந்தாள். ராசகுமாரி, பூர்வா

சிரமத்தில் ராசாவாக இருந்தாள். பத்துப் பன்னிரண்டு வயசில் தன்னைக் குமாரியாக அடையாளம் கண்டாள். கால்சட்டையை விடுத்துப் பாவாடை, ரவிக்கை, மேல் மாராப்புக்கு மாறினாள். அழகாகக்கொண்டை போட்டுக்கொண்டாள். காலணா அளவுக்குக் குங்குமம் வைத்துக் கடையில் உட்கார்ந்தால், கூட்டம், கள் குடிக் காமலே வசப்பட்டது. அவள் கைராசி, பதார்த்தங்களில் வெளிப் பட்டது. ஒரு கிண்ணம் சுறாப்புட்டு சாப்பிட்டவன், மறு கிண்ணம் சாப்பிடாமல் போக மறுத்தான். கடையில் நுழைந்தவுடனே கள்ளுக் குப் போகாமல், சாக்னா கடைக்கு வந்து தீனி வாங்கிக்கொண்டு மொந்தையை எடுத்துப் போனார்கள் ரசிகர்கள்.

ராத்திரி நடுநசியில் ஊர்திரும்பச் சிரமம் என்று தோப்புக் குள்ளேயே ஒரு கூரை வீட்டைக் கட்டினார் தாத்தா. குயிலம்மை அங்கே குடிபுகுந்தது. தென்னை மரங்களில் இருந்து தென்னங் குரும்பைகள் விழுந்தன. மரங்கள் கள்ளுக்கு விடப்பட்டன. தேர்ந் தெடுத்த பத்து மரங்களில் இருந்து சமையலுக்குத் தேங்காய் பறித்துக்கொண்டாள். தோப்புக்குள் வீசும் காற்றில் கள்ளின் சுகந்த மணம் பரவி இருந்தது. ஈக்கள் கள்ளைச் சுவைத்துப் போதையில் தள்ளாடிப் பறந்தன. தோப்பை விட்டுச் சற்றே நடந்தால், கடற்கரை வந்துவிடும். குயில் கடலைத் தனதாக்கிக்கொண்டாள். ஆறோ, குளமோ, கடலோ, குட்டையோ, நீர்நிலைதான். நீரின் நிழல். நீர்களின் நகல்கள். மனிதர்கள் நீரால் ஆனவர்கள்.

ஒருமுறை தாத்தாவிடம்... வியாபாரத்தின் மூலம் வந்த காசை என்ன பண்ண?" என்று குயில் கேட்டதுக்கு, அந்தக் காசோடு தன் பணத்தையும் போட்டு, நிலமும், கடற்கரையை ஓட்டிய சவுக்குத் தோப்பையும் வாங்கிக் குயில் பேரில் பதிந்து கொடுத்து, "எனக்கு ஏதாச்சும் ஆனா, இதுகள் நீ பட்டினி இல்லாமல் வாழ உதவும் என்றாராம்!

"இதுகளா நான் பிழைக்க உதவுபவை?" "இல்லைதான். என் நிம்மதிக்கு." ராசகுமாரிக்குச் சவுக்குத் தோப்பில் வீடு கட்டிக் கொடுத் தது குயிலம்மை. கடை நேரம் போக மற்ற நேரங்களில் கடலைப் பார்த்துக்கொண்டு படுத்துக் கிடந்தது குயிலம்மை.

உண்ணாமலை அம்மையிடம் மூர்த்தி, "குயில் ஆயா சொத்தெல்லாம் என்னவாயிற்று" என்று கேட்டதுக்கு அந்த அம்மாள் சொன்னாள்: பட்டு வேஷ்டி பட்டுச் சட்டை வைரக் கம்மல், பாகவதர் கிராப்பு, கட்ஷூ என்று இருந்த தாத்தா கதர்

கட்டத் தொடங்கினார், ஏதோ ஒரு கூட்டத்தில், யாரோ ஒரு தொண்டர், "என்னப்யா. காந்தியம் பேசுறீர். கதர் கட்டறீர். கள்ளுக் கடை நடத்துகிறீரே." என்றாராம். தாத்தா, அந்தக் கணமே மூன்று கள்ளுக் கடைகளையும், இரண்டு சாராயக் கடைகளையும் மூடிவிட முடிவு பண்ணினார். செய்யவும் செய்தார். அரசாங்கத்துக்குத் தர வேண்டிய குத்தகைப் பாக்கி, கடன்கள் எல்லாவற்றுக்கும் எல்லாச் சொத்துகளையும் விற்று அடைத்தார். குயிலம்மை சொத்துகளை அவர் தொடவில்லை. இவள்தான் மன்றாடி, சண்டை போட்டு, சாப்பிடாமல் கிடந்து அவற்றைக் கிரயம் ஆக்கிக் கொடுத்தாள். தாத்தா மட்டும்தான் மிஞ்சினார்.

"நான் மட்டும்தான் இப்போ"

"எப்போதும் நாம் மட்டும்தான் நம்மோடு. வேறு ஏது சாஸ்வதம்?"

மூர்த்தி உண்ணாமலை அம்மையிடம் கேட்டான்.

"குயிலம்மையின் இளமைக் காலங்களிலும் இப்படித்தான், பேசா மடந்தையாக, பேசினால் புரியாமல் பேசுவதாக இருந்ததா?"

"ஐயோ... பனை மட்டையில மழை பேஞ்சா மாதிரிப் பேசும். சிரிப்பு சிரிப்பா பேசும். அது சிரிப்பே அழகு. தப்பா ஒரு வார்த்தைகூடப் பேசத்தெரியாத பெண். ரொம்ப உபகாரம் பண்ணுகிற பெண். என்ன கஷ்டம்னா, அதுக்குக் குழந்தை தங்கலை. எல்லாம் குறைப் பிரசவம். வயிற்றிலேயே கரைஞ்சு போச்சு. அதை மனசுக்குள்ளே போட்டு மூடிக்கிடுச்சு."

எல்லாம் நல்லபடியாக நடந்துகொண்டிருந்தது. அப்படி இருக்க முடியாதல்லவா உலக வாழ்க்கை!

கண்ணம்மைக்கு இருமல் நோய். காசம் என்றார்கள். காசத்துக்கு மருந்து ஏது! ராவும் பகலும் இந்தக் குயில்தான் உடன் இருந்து, இரத்த வாந்தியைக்கையில் வாங்கினாள். ஒருநாள், கண்ணம்மை அமைதி அடைஞ்சாள். தாத்தா அந்தக் காலத்திலேயே ஆயிரம் செலவு பண்ணிப் பல்லக்கில் வைத்துக்கொண்டுபோய்ச் சேர்த்தார்.

மறுநாள்தான் அது நிகழ்ந்தது. கண்ணம்மை இல்லாத முதல் நாள் பகல். காலைப் பலகாரத்துக்கு இட்லி பண்ணி தாத்தா முன்கொண்டு போய் வைத்தாள் குயில்.

இட்லித் தட்டைப் பார்த்தார் தாத்தா. உடைந்துபோனார்.

"என் கண்ணம்மா. எங்கேடி போனே? என்னத் தனியே விட்டுட்டு எங்கே போனே? நியாயமா இது? இனி நான் பிழைப் பேனா? பிழைச்சு என்ன பண்ணப் போறேன்? எனக்கு யார் இருக்கா?"

தாத்தா தலையிலும் மார்பிலும் அடித்துக்கொண்டு அழுதார். சாவுக்கு வந்திருந்தவர்கள் எல்லோரும் தாத்தாவைத் தேற்ற வேண்டி வந்தது.

தாத்தாவையே பார்த்தபடி நின்றிருந்தாள் குயிலம்மை. வெறிக்க வெறிக்கப் பார்த்தாள். சிலை மாதிரி நின்றாள். அவள் கையில் இருந்த சட்னிப் பாத்திரம் நழுவிக் கீழே விழுந்தது. பின்னால் நகர்ந்து சுவரோடு ஒட்டிக்கொண்டாள். தாத்தாவை யாரோ மாதிரிப் பார்த்துக்கொண்டு விழித்தபடி நின்றாள்.

அதன்பிறகு குயிலம்மை பேசுவதை மறந்தாள். இப்படிப் 'புரியாமல்' பேசத் தொடங்கினாள்.

குயிலம்மை தன் தொண்ணூற்று இரண்டாம் வயதில் அடங்கினாள். பேரனாக மூர்த்தி அவளுக்கான கடன்களைச் செய்தான். கடற்கரையில் எல்லாம் நடந்தது. ஆற்றங்கரையாக இருந்தால் குயில் ஆயா மகிழ்ச்சியடைந் திருப்பாள் என்று அவனுக்குத் தோன்றியது.

2014

குழந்தை அழுதுக்கொண்டே இருக்கிறது

“ஏ.வி. எஸ். பெருமாளுக்கு விழிப்பு ஏற்பட்டது. அதாவது உறக்கம் கலைந்தது.

அவ்வளவுதான். ‘விழிப்பு’ என்றதும் ஆன்மீக விழிப்பு போன்ற பெரிய சமாச்சாரங்களை நினைத்து விடக்கூடாது. அவர் எப்போதும் முப்போதும் சாதாரண மனிதர். உப்பு, புளி, விவகாரி. சுவர் மணி 4.38.

சலவை நிலையத்துக்கு என கறுப்புத் துணியில் கட்டி வைக்கப்பட்ட மூட்டை மாதிரி இருந்தது வானம். பால்கனிக்கு வந்து நின்றார். காலைத்தென்றல், குளித்தபின் வரும் இதம். அவர் வழக்கமாக எழும் நேரம் இது. இரவு பன்னிரண்டு மணிக்கு அவரின் அந்த நாள் முடியும்.

இரவுக்கு முந்தைய பின் மாலைப் பொழுதில், ஒரு குறுநடைக்குப் பிறகு வீடு திரும்பிக் குளிப்பார். பேஷன்டுகள் வந்திருந்தால் கவனிப்பார். இல்லையென்றால் தன் மாடி அறைக்கு வந்து, ஒரு கிளாசில் அளவான பிராந்தியும் நொறுக்கும் எடுத்துக்கொண்டு சாய்வு நாற்காலியில் சாய்வார். கையெட்டும் தூரத்து ஃபிரிட்ஜில் இருந்து சோடாவை எடுத்துக் கலந்து கொள்வார். கொஞ்ச கொஞ் சமாக அருந்தியபடி முந்தைய பக்கத்தில் இருந்து தொடர்ந்து வாசிக்க ஆரம்பிப்பார். தோன்றினால் டைரியை எடுத்து வைத்துக்கொண்டு எழுதுவார். அவ்வப்போது பால்கனிக்கு வந்து நின்று கொஞ்சம் கொஞ்சமாக அருந்துவார். அசையும் மரம்,

இரவைக் கிழிக்கும் ஆட்டோ குரல், நினைத்துக்கொண்டு குரைக்கும் எதிர்ச்சாரி மரத்தடி நாய் இவைகளில் மனதைச் செலுத்துவார். எப்போதாவது, மூன்று மைல் தூரத்தில் தனியாக வாழ்ந்துகொண்டிருக்கும் மனைவியோ, வெளிநாட்டில் வாழ்ந்துகொண்டிருக்கும் இரு பிள்ளைகளுமோ நினைவுக்கு வருவார்கள். மீண்டும் மதுவை கிளாசில் வார்த்துக்கொண்டு இருட்டைப் பார்த்தபடி நிற்பார். புத்தரின் அமர்ந்த படிமம்போல் இருள் வானத்தை வியாபித்துக்கொண்டு அமர்ந்திருக்கும். இருள்தான், அனைத்துக்கும் தோற்றுவாய் என்று அவர் நினைக்கத் தொடங்கி இருந்தார். இருள் என்பது சூன்யம். சூல்கொண்டிருப்பது சூன்யம்... அனைத்தையும்.

பெருமாள் பால்கனிக்கு வந்து நின்றார். நேற்றுபோல் இருந்தது, இன்றைய வைகறைக்ககு முந்தைய இருட்டும். இருள் எப்போதும் தன் ஆடையை மாற்றிக் கொள்வதில்லை. முகத்தையும் மாற்றிக் கொள்வதில்லை. கதிர் ஒளி வந்ததும், தன் பாதிக்கு இடம் விட்டுக் கெளரவமாக ஒதுங்கிக் கொள்கிறது இருட்டு. வெளிச்சம் நாகரீகமற்ற வஸ்து, அனுமதிக்காத இடத்திலும் அனுமதி இன்றிப் பிரவேசிக்கும் அநாகரீகம் வெளிச்சம்.

அன்றைய புதிய நாளின் பெயர் சனிக்கிழமை என்பது நினைவுக்கு வந்தது. அவருக்கு, சனிகூட இருட்டுமேனியன்தான். தோதாகக் காக்கையை வாகனமாகக் கொண்டவன். யாராலும் புறக்கணிக்கப்படும் பறவையைத் தேர்ந்தவன். காக்கையைத் தன் வாகனமாகக்கொண்டவன். பெருமாளுக்கு அதனால் சனியைப் பிடிக்கும்.

இன்னும் இருள் விடைபெறவில்லை. சூரிய ரேகைகள் வர இன்னும் நேரம் இருந்தது. இருட்டில் மூழ்கி இருந்த மரத்தில் அடர்ந்திருந்த பறவைகள் கூவிக் கதிரை அழைத்துக்கொண்டிருந்தன. பறவைகள் பாஷையில் அபத்தங்கள் இருக்காது.

இருட்டுக்குள் நின்றுகொண்டிருந்தார் அவர். காபி கிடைத்தால் இந்நேரம் அற்புதமாக இருக்கும். அவர்தான் போட்டுக்கொள்ள வேண்டும். ஏழரை மணிக்கு வரும் சமையல்கார அம்மாள் போட்டுத் தர வேண்டும். தேவையை மற்ற மனிதர்களின் பொறுப்பாக்கிக்கொண்டு வருந்துவதும், ஏமாறுவதும் வாழ்க்கையின் பெரும்பான்மை நேரத்தையும் மனசையும் கொல்லுகிற அனுபவம். அவருக்கு உண்டு என்றாலும்

ஜனங்களோடு வாழும்போது நட்புக்கரம் நீட்டாமல் இருக்க முடியாதுதான்.

இருட்டு இப்போதெல்லாம் அவருக்கு அச்சம் தரத் தொடங்கி இருக்கிறது. காலை வருகைக்கு முந்தைய இருட்டு நிம்மதியையும் அஸ்தமிக்கும் நேரத்துப் பிந்தைய இருட்டு பயத்தையும் தரத் தொடங்கி இருந்தது. மாலை மயங்கும் பின்னாலும், இருள்வதற்கு முன்னாலும், துவைத்துத் துவைத்துப் பழுப்பேறிய பழைய வேட்டியைப்போல தெரு, முதுமை கொள்ளும்போது அவர் பயம்கொள்ளத் தொடங்குகிறார். நரம்புகள் தொய்வடைவதுபோல உணர்கிறார். யாருடைய கூர்நகமோ அவரைக் கிழிக்கக் காத்திருப்பதுபோல, அவர் நம்பத் தொடங்குகிறார். இருட்டின் குட்டிகள், கொம்புகளோடு கூடிய குரங்குகள்போல தெரு மரங்களில் இருந்து இறங்கி வந்து, தொலைக்காட்சிப் பெட்டிக்குப் பின், படிகளின் கீழே, கட்டிலின் இருள் சந்துகளின் ஊடே ஒளிந்துகொண்டு விசித்திர சப்தங்கள் எழுப்புகின்றன. நூறுபேர் மொத்தமாக ஷூ போட்டுக்கொண்டு அவரை நோக்கி நடந்து வருகிறார்கள். போதை தரும் உறக்கத்தை அவர் கைதட்டி அழைக்கிறார். கிளைகளிலிருந்து இருள் துகள்கள், நகம் போன்ற உருவில் அவர் அறைக்குள் நுழைகின்றன.

விடியலின் கீற்றுகள் தென்படுவதைக் கண்டு மகிழ்ந்தார். நிம்மதிகொண்டார். இருளும்போது அச்சமும் கவலையும் துயரமும் இணைந்து படிந்தவை வைகறையில் மடியத் தொடங்கின. வாகனங்கள், வைகறை வெளிச்சத்தைக் கிழிக்கத் தொடங்கி இருந்தன. காலை உலவலுக்கு நாயுடன் நடப்பவர்கள் தெரு ஓரம் காணப்பட்டார்கள். நாய்கள் ஆரோக்யமாக மகிழ்ச்சியாக நடந்தன. செல்லில் மணி ஆறை நெருங்கியதைப் பார்த்தார். வேலைக்கார அம்மாள், ஏழரை மணிக்கு மேல்தான் வருவார். காலைகளை நல்ல காபியுடன் கௌரவிக்க வேண்டும் அவருக்கு. கைலியை மாற்றி வேட்டி சட்டையுமாகக் கிருஷ்ணாசுக்குப் புறப்பட்டார். பளபளக்கும் வெள்ளைத்தாள் மாதிரி, காலை வந்துகொண்டிருந்தது. ஆரோக்யமான வெள்ளை நகம்போல இருக்கிறது என்று நினைத்தார். சிதம்பர சுவாமிகள் பாடிய அவருக்குப் பிடித்த பாடல் வரிகளை மனசுக்குள் சொல்லத் தொடங்கினார்.

'நோயில் தளராமல், நொந்து மனம் வாடாமல், பாயில் கிடக்காமல் பாவியேன் காயத்தை, ஓர் நொடிக்குள் நீக்கி, எனை ஒண் போரூர் ஐயா நின் சீரடிக்கீழ் வைப்பாய் தெரிந்து...'

அவர் பாயில் கிடக்கமாட்டார். கூடாது. அதிகாரபூர்வமாக இல்லாமல் ஆனால் பிரிந்து வாழும் அவர் மனைவி வருவார், வரமாட்டார் என்று நினைப்பது பாவம். மேனாட்டில் மனைவி மக்களோடு வாழ்ந்து கொண்டிருக்கும் அவரது இரு பிள்ளைகளும், பாயில் கிடந்தால் வரமாட்டார்கள். அவர்கள் அவர்களுடைய அதிகாரிகளிடம், 'பாயில் கிடக்கிறார் என் தந்தை' என்று சொல்லி விடுமுறை கேட்க முடியாது. இறந்து விட்டார் எனலாம். உடன் விடுமுறை கிடைக்கும். அதுவும் நியாயம்தானே. முடிந்த வாக்கியத்துக்குத்தான் முற்றுப்புள்ளி வைக்க முடியும்.

ஒரு விடுமுறையின்போது பெரியவன், "என்னத்துக்கு இந்த வயதில் இங்கே கிடந்து அல்லாடறது. என்னோட வந்துடுங்களேன்" என்றான். அந்த நாட்டில், அண்ணன் உடன் அடுத்த மாநிலத்தில் வாழும் தங்கை சொன்னாள், 'அவள் மிகவும் பிராக்டிக்கல்' என்பாள் அவள் அம்மா.

"உளறாதே அண்ணா, அந்த நாட்டின் குடியுரிமை இல்லாத ஒருத்தர் அங்கே செத்துப் போனால், புதைப்பதற்கு ரொம்பவும் அலைய வேண்டி இருக்கும். அதோடு பணச் செலவும் அதிகம். அப்பா இங்கேயே இருக்கட்டும். அதுதான் எல்லாருக்கும் நல்லது. யாருக்கும் நரகமாகக்கூடாது"

"யூ ஆர் கரெக்ட்டி" என்றான் பெரியவன்.

காபி கசந்தது. மருத்துவர் அறிவுரைப்படி இப்போது சர்க்கரை சேர்த்துக் கொள்வதில்லை அவர். சர்க்கரை நோய், அவருக்குள் நுழைந்திருந்தது. ஒரு சின்ன நடையை வேகத்துடன் மேற்கொண்டார். அவருடன் பலர் நடந்தார்கள். வணக்கம் டாக்டர் என்று சிலர், (அவர் பேஷன்ட்டுகளாக இருக்கலாம்) சொன்னார்கள்.

நாய்களை முன்னால் நடக்கவிட்டு, மனிதர்கள் பின்னால் நடந்து போனார்கள். பெட்டிக்கடையின் முன் போஸ்டர்களை வெறித்துக்கொண்டு நின்றிருந்தார்கள் சிலர்.

பெரிய வயிறும், இறுக்கமான சட்டையும் பொருத்தம் இல்லாத ஷார்ட்சும் அணிந்த முதியவர் ஒருவர் வணக்கம் சொல்லி அவர் முன் நின்றார் வழக்கறிஞர்.

"என்ன, வக்கீல் சார், சர்க்கரை அளவு சரியா இருக்கா?"

"அப்படித்தான் நம்பறேன் டாக்டர். திடீர்னு ஏறுது, இறங்குது, நேத்து ப்ளட் டெஸ்ட் பண்ணேன். ரிப்போர்ட்டை எடுத்துக்கிட்டு சாயரட்சை வர்றேனே"

வக்கீல் கையில் பிடித்திருந்த பாமரேனியன் நோயில்லாத ஐந்து. டாக்டரைப் பற்றிய கவலை இல்லாமல், பக்கத்து மரத்தில் தன் உபாதையைப் போக்கிக்கொண்டிருந்தது.

ஏ. வி. எஸ். பெருமாளின் தந்தை எஸ். வி. பெருமாளின் கனவு, மகனை டாக்டராக்கிப் பார்ப்பது என்பது. பெரியோர்கள் என்பவர்கள் கனவு காண்பார்கள். பிள்ளைகள் என்பவர்கள் கனவுகளை சாத்தியமாக்குபவர்கள். சாத்தியமாக்கியவர், பெருமாள். கல்லூரியில் அவர் பெயர் வினோதமாகப் பார்க்கப்பட்டபோது வருத்தம் அடைந்தார். அழகிய வினோத சௌந்தர்யப் பெருமாள் என்று சொல்லி முடித்த அவர் முகத்தைப் பார்க்காமல் சகமாணவர்கள் இருந்தது இல்லை. ஆனால் அவர் அப்பா, நித்ய வினோத சௌந்தர்யப் பெருமாள் பெருமை தோன்ற "நம்ம குடும்ப மரபுடா அது. என் அப்பாவுக்கு, உன் தாத்தாவுக்கு நாலுதிசை வினோத சௌந்தர்யப் பெருமாள்னு பேர். அவரோட தகப்பனாருக்கு எண்திசை வினோத சௌந்தர்யப் பெருமாள்னு பேர். எதை வேண்டுமானாலும் மாத்திக்கோ, பேரை மாத்த உனக்கு உரிமை இல்லை. நமக்குன்னு ஒரு கெவுரதை இருக்கில்லை" என்றார் பெரியவர்.

வேலைக்கார அம்மாள் போட்டு வைத்திருந்த காபியை பிளாஸ்கிலிருந்து எடுத்துச் சாப்பிட்டார். பேப்பர் படித்தார். புத்தக அடுக்கிலிருந்து அவ்வப்போது அவர் வாசிக்கும் புத்தகத்தை எடுத்தார். அடையாளம் வைத்திருந்த அந்தப் பக்கத்தில் அந்தப் பாடலைத் தேடினார். முன்னரே அகப்பட்டதுதான். 'தடித்ததோர் மகனைத் தந்தை ஈண்டு அடித்தால் தாயுடன் அணைப்பன் தாயடித்தால் பிடித்தொரு தந்தை அணைப்பன். ஈங்கென்க்குத் தந்தையும் தாயும் பொடித்திருமேனி அம்பலத்தாடும் புனித நீ ஆதலால், அடித்ததுபோதும், அணைத்திடல் வேண்டும் அம்மையப்பா இனி ஆற்றேன்...'

அவர் இருந்த இடத்திலிருந்து தெருவைப் பார்க்க முடிந்தது. எதிர்ச்சுவற்றில் ஒட்டப்பட்ட போஸ்டரைக் கவ்வி இழுத்துத் தின்ன முயன்றுகொண்டிருந்தது ஓர் இளைத்த மாடு. ஐநூறு கோடியில் நடந்த திருமணம் பற்றிய செய்தி நினைவுக்கு வந்தது. ஆனால் டாக்டர் மணமகனுக்குக் கொட்டிக் கொடுக்கத் தயாராக இருந்தார். அவர் மாமனார் மனைவியும் டாக்டர்தானே. அவர் மிகச்சிக்கனமாகத் திட்டமிட்டு அப்படியே செய்து முடித்தார். பிள்ளைகள் இருவருக்கும் சிக்கனமாகவே திருமணமும் வரவேற்பும் நிகழ்ந்தது. கல்வி தந்து, வெளிநாட்டில் பணியாற்றும் தகுதியும் தந்து, பிறந்து நாடு திரும்பினால் வாழ அவர்களுக்கென்று வீடுகளும் ஏற்படுத்தித் தந்துள்ளார். தந்தை மகன்களுக்கு உதவி நன்றி. வள்ளுவர் தந்தை என்றுதான் சொன்னார். ஆனால் அவர் மனைவி, தன் பிள்ளைகளின் தாய், அவர்களுக்குச் செய்தவை அளவில்லாதவை, அவரைக் காட்டிலும் அதிகமானவை.

மதியச் சாப்பாட்டுக்குப் பிறகு குறைந்தது இரண்டு மணி நேரமாவது பெருமாள் உறங்கப் போவார். ஐந்து மணிக்கு எழுந்து கொள்வார். போட்டு வைத்த காபியை அருந்துவார். பசிப்பதுபோல இருந்தால், வேலைக்கார அம்மாவை, உப்புமா பண்ணச் சொல்லுவார். அன்றும் சொன்னார். சாப்பிட உட்காரும்போது, வரலட்சுமி அழைத்தார். மிஸஸ் பெருமாள் என்று இப்போதும் தன்னை அழைத்துக் கொள்ளும் அவர்தான். தனியாக வேறு வீட்டில் இருக்கிறார். தனியாக இருக்க வேண்டும்போல இருக்கிறது என்றார். தனியாக பிராக்டீஸ் பண்ண வேண்டும் என்றார். அவர், தன் சொந்த மருத்துவமனையை விட்டு நீங்கிய பிறகு அந்த முடிவை அம்மனுஷி எடுத்தார். எப்படி இருக்கிறார், மருந்து மாத்திரைகளை ஒழுங்காச் சாப்பிடுகிறாரா, பிள்ளைகள் தொலைபேசியில் அழைக்கிறார்களா என்று கேட்டார். இரண்டு நாட்களுக்கு ஒரு முறை அவர் பேசுவது வழக்கம். பழக்க தோஷம் என்பதுபோல, தேடி வருகிற பேஷன்டுகள் இன்னும் இருக்கவே செய்கிறார்கள். அவ்வப்போது, மருந்துக் கம்பெனிப் பிரதிநிதிகள் தலை காட்டுவதும் உண்டு. பேஷன்டுகளைப் பழைய நண்பர்கள் என்று அவர் சொல்வார். மாலை ஏழு மணிக்கு அவர் முன்னறைக்கு வந்து அமர்வார். அழைத்தாலும் அழைக்காவிட்டாலும் அவருடன் பல பத்தாண்டுகள் பணியாற்றிய நர்ஸ் பத்மா வந்து, பத்திரிகை படித்துக்கொண்டு அமர்ந்திருப்பாள். வலிக்காமல் ஊசி போடுபவள் என்ற நற்பெயர் அவளுக்குண்டு.

அறையில் பத்மா உட்கார்ந்து படித்துக்கொண்டிருந்தாள். சற்று தூரத்தில் வக்கீல் அமர்ந்திருந்தார். தலையசைத்து அவரைத் தன் முன் அமர்த்திக்கொண்டு, ரிப்போர்ட்டைப் பார்த்தார் பெருமாள். இரண்டு வாரத்துக்கு முன் மருந்தை மாற்றி இருந்தார் வக்கீல். "சார், மிசஸ் பெருமாள் எழுதிக் கொடுத்த மருந்து, ரொம்ப நல்லா வேலை செய்திருக்கு, பார்த்தேளா?"

"ஆமாமா டாக்டர். நீங்க கொஞ்ச நாள் வெளியூர்க்குப் போயிருந்தப்போ அவசரத்துக்கு மேடத்தைக் கன்சல்ட் பண்ணேன்"

"டயாபெட்டிஸ்ல அவங்க எக்ஸ்பெர்ட். அந்த மருந்தையே கண்டினியூ பண்ணுங்க..."

"அதென்ன டாக்டர், இப்போல்லாம் ஏன் இவ்வளவு சர்க்கரை நோயாளிகள். பத்துப் பேர்ல ஏழு பேர் நோயாளியா இருக்கான்?"

"வாழ்க்கை கசப்பா போச்சில்லையோ?" என்ற பெருமாள் சிரித்துக்கொண்டார். "உணவு முறை, வாழ்க்கை முறை, சுற்றுப்புறச் சூழல், மனுஷ மனம், அப்புறம் பரம்பரை எல்லாம் காரணம்."

"குழந்தைக்கெல்லாம்கூட இப்போ சர்க்கரை நோய் வருது சார்!"

"வளர்ந்த மனுஷனுக்கு வர்ற நோய் இளம் மனுஷனுக்கும் வரத்தானே செய்யும்"

"விதி சார்" என்றார் வக்கீல்.

"விஞ்ஞானத்துல விதி இல்லை சார். மதம் சார்ந்த கலாசாரத்துலதான் அது இருக்கு."

"உங்களுக்கு மத நம்பிக்கை இல்லேன்னு நினைக்கிறேன், சரியா டாக்டர்.?"

பெருமாள் சிரித்து வைத்துக் கேள்வியைக் கடந்தார். வாசலில் யாரோ ஒரு பெண், குழந்தையுடன் வந்து நின்றாள். குழந்தை அழுதுகொண்டிருந்தது. வலியின் அழுகை. அந்த அம்மாள், குழந்தையை நிற்க வைத்து அதன் பின் தொடையைக் காட்டினாள். காயம் சீழ் கட்டி இருந்தது. வலியால் துடித்தது குழந்தை.

“எப்படிக் காயம் பட்டது?”

“கீழே விழுந்து காயம் பட்டுருச்சி”

“கீழே விழுந்த காயமா, உடனே கவனிச்சு இருக்க வேண்டாமா?”

நர்ஸ் குழந்தையை எடுத்துக்கொண்டு திரைச்சிலைக்குப் பின்னே போனாள். திரைச்சீலையின் பின் குழந்தை அலறி அழுதுகொண்டிருந்தது. கட்டுப் போட்டு வெளியே எடுத்து வந்தாள் நர்ஸ். குழந்தையின் அழுகை மட்டுப்பட்டிருந்தது.

டாக்டர் சில மருந்தும் களிம்பும் எழுதிக் கொடுத்தார்.

“மருந்து வாங்க காசு இருக்கா?”

குழந்தையை எடுத்து வந்த அம்மாள், “இல்லம்மா” என்றாள்.

நர்ஸ், பர்சை எடுத்தாள். அதற்குள் டாக்டர், மேசை டிராயரைத் திறந்து ஒரு நூறு ரூபாய் எடுத்துக் கொடுத்தார்.

அந்த அம்மாள் கும்பிட்டுச் சென்றாள்.

“பாவப்பட்ட குழந்தை” என்றாள் நர்ஸ்.

பெருமாள் “என்ன?” என்றார்.

“இந்தப் பொம்பிளை, குழந்தையை வாடகைக்கு விடறவ டாக்டர். வாடகைக்கு எடுக்கிற பெண்கள், குழந்தையைக் காட்டிப் பிச்சை எடுப்பாங்க. சும்மா இல்லை. துடையில ரகசியமா கிள்ளி குழந்தையை அழ வைப்பாங்க. கிள்ளிய இடத்திலேயே மேலும் மேலும் கிள்ளினா ரத்தம் வரும். சீழ் வைக்கும். குழந்தை அலறித் துடிக்கும். துடிக்கத் துடிக்கக் காசுகூட கிடைக்கும். கடவுளே...”

மருந்துக்கடை வாசலில் கடை முதலாளி வாசுவைப் பார்த்தார். மாலை உலாப் புறப்பட்டுக்கொண்டிருந்தார் அவர். நடந்தார்கள். தெரு ஓரத்தில் கிளி, சீட்டெடுத்து மக்களுக்கு ஜோசியம் சொல்லிக்கொண்டிருந்தது. “பாவம் கிளி” என்றார் வாசு.

“பாவம் குழந்தை” என்ற டாக்டர், அந்தக் குழந்தையைப் பற்றிச் சொன்னார்.

“கொடுமை சார்”

“வரவர மனிதர் வாழத்தக்க தேசமா இல்லை சார் இது. மனுஷனுக்குக் கிளி, ஜோசியம் பாக்குது. இப்ப, இந்த நிமிஷத்துல

எங்கோ ஒரு இடத்துல சிக்னலுக்கு எதிர்பார்த்து கார்கள் நிற்கிற இடத்துல, அந்தக் குழந்தையை ஒரு பெண் கிள்ளி, அழப் பண்ணிக்கிட்டு இருப்பா. யானைகள் பிச்சை எடுக்குது. சர்க்கசில் கரடி மோட்டார் விடறது."

இருவருக்கும் இடையில் மௌனம், ஒரு கல் மாதிரி விழுந்தது. டாக்டர்தான் அதைக் குலைத்தார்.

"அதோ தெரியுது பாருங்க சார், மாளிகை. சரியா, பத்து வருஷத்துக்கு முன்னால, அந்தப் பையன், அவன்தான் சார் இப்ப தலைவனா இருக்கானே, அவன்தான், மூட்டை தூக்கிப் பிழைச்சுட்டு, ரொம்ப நல்லவனா இருந்தான். எனக்குத் தெரியும். என் பேஷண்டும்கூட. அப்புறம் உடை, பேச்சு எல்லாம் மாறிச்சு. மக்கள் பிரதிநிதின்னு சொல்றாங்க. புறம்போக்கை வளைச்சு மாளிகை. வண்டி வாகனம், ஆள் அம்பு கோடியில குளிக்கிறானாம். சட்டம், நீதி, நியாயம், ஒழுக்கம், நேர்மை எல்லாம் எங்க போச்சு? எத்தனை மோசமான உலகம் இது"

இரவு உணவுக்குப் பிறகு படித்தார். படிப்பில், கவனம் குவியவில்லை. படித்த புத்தகத்தில் ஒரு வரி அவரைத் தடுத்தது. ஒரு மனிதன், முறையற்ற முறையில் செல்வமும், செல்வாக்கும் புகழும் பெற்று முன்னணிக்கு வந்து தலைமை ஸ்தானைத்தையும் பெற்று மக்களுக்கு ஆணை இடும் அதிகாரத்தையும் பெற்று விடுகிறானோ, அவனை அவ்வாறு ஆக்கிய அந்த தேசம் அழியப் போகிறது என்று பொருள். அந்த நிலைமையை அனுமதித்திருக்கும் அந்த தேச மக்களும் குற்றவாளிக் சமூகமாக மதிக்கப்பட வேண்டும். குற்றவாளிச் சமூகத்தில் சட்டம் கையேந்தும் நீதி மயக்கமுறும், நியாயம் செத்துவிடும், தனி மனிதர்கள் இழிவுக்கு உள்ளாவார்கள்."

புத்தகத்தை மூடி வைத்த டாக்டர், கிளாசில் மதுவை ஊற்றிக்கொண்டு பால்கனிக்கு வந்து நின்றார். தெருவை, வெளியை, மரங்களை ஆகாயத்தை இருட்டு விழுங்கி இருந்தது.

அவருக்கு அச்சம் தோன்றியது. இருள் ஒரு பாம்பைப்போல ஊர்ந்து ஊர்ந்து படியேறி வருகிறது. அவர் அறைக்குள் புகுந்து அவரை நோக்கி வருகிறது. ஒரு நாற்காலியை எடுத்து வந்து பால்கனியில் அமர்ந்தார். ஐம்பது ஆண்டுகால மருத்துவத் தொழிலில் எந்தக் குற்றமும் செய்யாதவர் அவர். ஆனால் பல

குற்றங்கள் செய்ததாக நம்பினார். அந்தக் கணத்தில் அப்படித் தோன்றியது அவருக்கு.

சைக்கிள் கற்றுக் கொள்ளும்போது, ஒரு நாய்க்குட்டியின் மேல் ஏற்றி இருக்கிறார். பயிறு விற்றுக்கொண்டு போன ஒரு கிழவியின் மேல் மோதி அவளின் ஒரு நாள் பிழைப்பைக் கெடுத்திருக்கிறார். மனைவியை மரியாதை செய்திருக்கிறார். பிள்ளைகளை நேசித்து உரிய காலத்து உரிய கடமைகளைச் செய்திருக்கிறார். இன்னும் கொஞ்ச காலம் மருத்துவமனையை நடத்தலாமே என்று அவர் மனைவி சொன்னபோது, “இல்லை, எனக்கு அலுப்பாக இருக்கிறது” என்று சொல்லி வருவாயை இழந்திருக்கிறார். மேலும் மேலும், சம்பாதித்துக்கொண்டே இருப்பது, தன்னைத்தானே ஒரு இயந்திரமாக்கிக் கொண்டிருப்பதாக அவருக்குத் தோன்றியது. எல்லாவற்றையும் விட்டு வெளியேறினார்.

மீண்டும் கொஞ்சம் மதுவை நிரப்பிக்கொண்டு பால்கனி நாற்காலியில் வந்து அமர்ந்தார். தெருவில் அப்போது ஒரு போலீஸ் வாகனம், அவர் வீட்டுக்கு முன் வந்து நின்றது. பெருமாள் பதற்றத்துக்கு உள்ளானார். வேனையே பார்த்துக்கொண்டு அமர்ந்திருந்தார். ஒருவன், தப்பு, ஒருவர் அதிகாரி என்றும் மற்றவர்கள் சிறு அதிகாரியாகவும் கற்பனை செய்துகொண்டார். எப்படிக் கைது செய்யலாம் என்று யோசிக்கிறவர்களாக இருக்கும். பெரியவர், பாதை ஓரமாகச் சென்று சிறுநீர் கழித்தார். அவருக்கு முதுகைக் காட்டிக்கொண்டுதான். அது நல்ல விஷயம். அது சரி அதிகாரி என்றால் அது வராமல் இருக்குமா என்ன? மற்றவர், பாக்கெட்டில் கையை விட்டார். விலங்கை எடுக்கவா? இல்லை. ஒரு சிகரெட்டை எடுத்துப் பற்ற வைத்துக்கொண்டார். ஒன்று உறுதி. அவர்கள் சம தரத்து அதிகாரிகள். கைது என்று சொல்லி அழைத்துப் போவார்களா, கௌரவமாக. இல்லை, கழுத்தில் அறைந்து இழுத்துப் போவார்களா?

அந்தக் காலத்து நினைவு ஒன்று மேலெழுந்து வந்தது. வாலிப டாக்டர் அவர். தருமபுரி பகுதியில் அவர் அப்போது பணி. நக்சலைட்டுகள் என்று சொல்லப்பட்டவர்கள் அவரிடம்தான் நோயுற்றால், அடிபட்டால், காயம் பட்டால் வருவார்கள். தன்னிடம் வரும் நோயாளிகள் அனைவருக்கும் அவர் சிநேகமாக இருந்தார். போலீஸ் அவரை அடிக்கிறது. பாலனுக்கு நீ வைத்தியம் பார்த்தாயாடா என்று கேட்டு அடிக்கிறார்கள்.

அவர் அழுதுகொண்டே "ஆம்" என்கிறார். நல்லது. "அவர் நக்சலைட்" அவர் செல்போனில் 'கோட்டீஸ்' என்று ஒரு பெயர் இருக்கிறது. அது யார் என்கிறார்கள். என் வகுப்புத் தோழன் கோட்டீஸ்வரன் என்கிறார் அவர். இல்லை, கோட்சேவைத்தான் அப்படி 'புரியாமல்' வைத்திருக்கிறாய் என்கிறார்கள் அவர்கள். "மகாத்மா காந்தியைக் கொன்ற கூட்டத்தைச் சேர்ந்தவர்" அவர் தலைமறைவாக, டாக்டர் தொழில் பார்த்திருக்கிறார். போதுமே, அவர் கஞ்சா வைத்திருக்கிறார். நான் கஞ்சாவையே பார்த்தது இல்லை என்கிறார் அவர். 'இதோ பார்' என்று பாக்கெட்டிலிருந்து எடுத்துக் காட்டுகிறார்கள். "போதை கடத்தல்காரன்".

போலீஸ் வாகனம் புறப்பட்டுச் சென்றது.

அவரால் நிம்மதி அடைய முடியவில்லை. வாகனம் திரும்பி வரலாமே!

உள்ளே சென்று மதுவை எடுத்துக்கொண்டு வந்து அமர்ந்தார். எங்கிருந்தோ ஒரு குழந்தை அழும் ஓசை வந்தது. குழந்தை அலறி அழுகிறது. கத்தி அழுகிறது. குழந்தையை யாரோ சித்ரவதைச் செய்கிறார்கள். அது அலறுகிறது. குழந்தையைக் கிள்ளுகிறார்கள்.

குழந்தையைக் கடத்திச் சென்று அங்க ஈனம் செய்கிறார்கள். பிச்சை எடுக்க வைக்கிறார்கள். இளம் பெண் குழந்தைகளை விற்பனை செய்கிறார்கள்.

குழந்தை வீறிட்டு அலறிக்கொண்டே இருக்கிறது. அவரால் சகிக்க முடியவில்லை. எழுந்து உள்ளே சென்று பால்கனிக் கதவை மூடுகிறார். ஆனாலும் குழந்தையின் அழுகுரல் அவரைத் துரத்திக்கொண்டே இருக்கிறது.

செல்பேசி அவரை அழைத்தது. மிசஸ் பெருமாள்.

"சொல்"

"உம்"

"உங்க மாடி அறை விளக்கு எரிந்துகொண்டிருப்பதாக டிரைவர் சொன்னார். அந்தப் பக்கமாகப் ஒரு வேலையாய்ப் போயிருந்தார்"

"குழந்தை அழுதுகொண்டே இருக்கிறது"

சொன்னவர் அழத் தொடங்கினார்.

"அதிகம் குடித்து விட்டீர்களா. போய்ப் படுங்கள்."

தொலைபேசி அலறியது.

அவர் படுக்கையில் போய் அமர்ந்தார்.

செல்பேசி அழைத்தது, அவர் மூத்தமகன். அம்மா பேசி இருப்பாள்.

"என்னப்பா, என்ன நடக்குது அங்கே? ஒழுங்கா மருந்து சாப்பிட்டு நேரத்தோடு படுத்தா என்ன? நிறைய குடிக்கிறீங்க."

"குழந்தை அழுவுதடா. நான் என்ன பண்ணுவேன்?"

அவர் அழத் தொடங்கினார்.

அலமாரியை நோக்கி நடந்தார். இயல்பாக நடக்க முடியவில்லை. தட்டுத் தடுமாறியபடி நடந்து சென்று தேடித் தேடி மாத்திரைகளை எடுத்தார்.

மிசஸ் பெருமாள் வந்து ஏற்பாடுகளைக் கவனித்தார். பிள்ளைகள் வெளிநாட்டிலிருந்து வந்து சேரும்வரை, உடம்பைப் பாதுகாக்க மருத்துவமனைக்கு எடுத்துச் சென்றார்கள். எதிர்வீட்டுக்காரர் இன்னொருவரிடம் பேசிக்கொண்டிருந்தார்.

"இந்தப் பூனையை என்ன பண்றது சார். ராத்திரி முழுக்க ஒரு குழந்தை மாதிரி அழறது. அசல் குழந்தை மாதிரி. குழந்தையோன்னு ரெண்டு முறை எழுந்து வந்து பார்த்தேன்"

இனி எந்த அழுகுரலும் டாக்டரை எதுவும் செய்ய முடியாது.

2017

தலைக்கு மேலானது

என் வாழ்க்கையை உங்கள் முன் நான் விரிக்கிறேன். நான் இன்று இப்படி இருப்பதற்கான வித்தை நீங்கள் கண்டுகொள்ள முடியும், சுலபமாக.

அரிசிப் பஞ்சம் கீழ்க்கோட்டு மக்களைத் துன்புறுத்திக் கொண்டிருந்த காலம். காங்கிரஸ் அரசாங்கத்துக்கு "ஆறு அவுன்ஸ் அரிசி அரசு" என்ற பெயர் ஏற்பட்டிருந்த காலம். இந்தித் திணிப்பை எதிர்த்து இளம் தமிழர்களின் வெப்பம் கூடிக்கொண்டிருந்த காலம். அப்போதெல்லாம் டைப்ரைட்டிங், அரசு வேலைக்கான தகுதிகளில் ஒன்றாக இருந்தது. அதனால் நானும் சேர்ந்தேன். சின்னப் பாவாடையும் அதற்குத் தோதான தாவணிகளும் அணிந்த பெண்கள் விடியலிலேயே வெள்ளைத் தாள்களை ஒரு கோல் மாதிரி சுற்றிக்கொண்டு டைப் பயிற்சி அகத்துக்குப் போவதை நீங்கள் பார்த்திருக்கிறீர்களோ, என்னவோ, அந்தக் காலை வேளைகளில் பேப்பர் போடும் பையன்களும், உணவு விடுதிக்குப் பால் தருவதையே ஜீவிய நோக்கமாகக்கொண்டு பிறந்த எருமைகளும் பசுக்களும், வண்ணத்தாவணிப் பதினைந்து பிராயத்துப் பெண்களும் மற்றும் நானும் மட்டுமே தெருவை நிரப்பிக்கொண்டிருப்போம். முதல் இரண்டு நாட்கள் மிகவும் மங்களகரமாகவே பயிற்சி நடந்தது. என் இடப்பக்கத்தில் மோகனா, வலப்பக்கத்தில் அற்புதமேரி. என் முதல் பயிற்சியான எ எஸ் டி எஃப் என்கிற எழுத்துகள் மாறி மாறி ஆங்கில எழுத்துகள் இருபத்தாறில் எது ஒன்றாகவும் வந்தது.

அதைவிடவும் சோகம், சகல விதமான பெருக்கல் முதலான குறிகளை எல்லாம் நான் டைப் செய்திருந்தேன்.

எங்கள் பயிற்சியாளர் பாலறாவாயர் விசித்திரமான தலையை உடையவர். முடியே இல்லாத தலையும், காது மடல்களில் அமர்ந்து வளர்ந்த முடியும்கொண்டவர். மல் துணியால் ஆன அரைக்கைச் சட்டையும், கசங்கிய கைலியுமாகவே இருப்பார். இது என்ன...?" என்று நான் டைப் அடித்த தாளைப் பரக்கெனக் கிழித்து என்னிடம் காட்டினார். மேற்படி அந்த எ எஸ் டி எஃப் தவிர மற்ற எழுத்துகள் மிகத் தெளிவாக அடிக்கப்பட்டிருந்தன. என்னிடமிருந்து பார்வையை விலக்கி அற்புதமேரியைப் பார்த்தார். அவளோ, இந்த மண்ணுலகத்தின் மீது தானும் டைப்ரைட்டரும் அல்லாது வேறு எதுவும் இல்லை என்பதாக டைப் அடிப்பதில் மூழ்கி இருந்தாள். நடிப்பில் பத்மினியை வென்றுவிட்டாள்.

மறுநாள் முதல்கொண்டு எனக்கு *1011* ஒதுக்கப்பட்டது. அந்த நேரம் ஆண்கள் நேரம் போலும். வெல்லக் கடை பாட்சா, சொக்கலால் பீடியைத் தவிர வேறு எதுவும் மனிதனுக்கு ஆறுதல் தராது என்ற கொள்கைப் பிடிப்பில் இருந்த மணிவாசகம் மற்றும் நான். பயிற்சி நிலையம் முழுக்க ஆண்வாடை வீசியது. தெருவைப் பார்த்த மாடி ஜன்னல் முன்னால் என் டைப்ரைட்டர். எனக்கு நேர் எதிரே, எதிர்வீட்டு மொட்டை மாடி. நான் பாடத்தில் மிக வேகமாக முன்னேறிக்கொண்டிருந்தேன். ஒரு வாரம் போயிருக்கும். திடுமென ஒரு நாள், மாடியில் ஒற்றைக் கதவைத் திறந்துகொண்டு ஒருத்தி தோன்றினாள். என் வயதுதான் இருக்கும். குளித்து வந்தவளாக இருந்தாள். தோளில் போட்டுவந்த துண்டால் தலையைத் துவட்ட லானாள். தலை துவட்டலில் ஏகப்பட்ட ஜதிகள் அல்லது நடைகள் இருப்பதை அப்போதுதான் நான் அறிந்தேன்.

நீங்கள் சிரிக்கிறீர்கள் அம்மணி. அனுபவங்கள் மனிதனுக்கு எப்படியும் எங்கிருந்தும் நேரலாம் என்பதுதான் இதன் தத்துவம். துண்டினால் முதலில் உச்சந்தலையில் அழுந்தத் தேய்த்து ஈரத்தைப் போக்கிக்கொள்வது. அப்புறம் இரண்டு பக்கவாட்டுக் கூந்தலையும் துவட்டுவது. அப்புறம் லாட வடிவில் குனிந்து, கூந்தலை முன்புறம் கறுப்பு அருவி மாதிரித் தொங்கவிட்டுச் சுருட்டிய துண்டால் அடிப்பது. (அப்படி அடிக்கும்போது கொசுக் கூட்டம் மாதிரி தண்ணீர்த் திவலைகள் பறக்கும்). பிறகு, கூந்தலை அதன் யதாஸ் தானத்தில் இருக்கும்படி செய்து, வெயிலில் சற்றே

உலவி உலர்த்துவது. அப்புறம், அதை இரண்டாகப் பிரித்து, தோள்களின் இருபுறமும் விரித்துப் போட்டு உலர வைப்பது. ஏழு நாட்கள் நான் இந்த வேடிக்கையைப் பார்த்தேன். விருப்பப்பட்டுப் பார்த்தேன் என்று சொல்ல முடியாது. என் விழித் திரையில் அக் காட்சிகள் விழுந்தன. என்னைப் பொறுத்த அளவில் நான் என் கண் கதவுகளைத் திறந்து வைத்தேன். அவ்வளவுதான். காற்றில் கட்சிக் கொடிக் கருங்கூந்தல், விரிந்து பரவி என்னை, என் அச்சு எந்திரத்தைச் சுற்றிப் பொட்டல மாகக் கட்டியது என்னவோ உண்மை. என்னை எதுவோ ஸ்தம்பிக்கச் செய்தது. அந்த "எது எது? அகமா, புறமா? என் ரசாயனத்தைக் கிளறச் செய்த பௌதிகம் எது? விடை காணும் முன்பே, நான் பயிற்சிக்கூடத்தை விட்டு வெளியேற்றப்பட்டேன். இதைத்தான் நாம் அவசர உலகம் என்கிறோம் போலும்.

போகட்டும். கூந்தல் உலர்த்திய அந்த மாடி மங்கை, எப்போதோ உள்ளே போய்விட்டிருப்பாள். அவளது ஈரம் உலர்ந்து போயிருக்கும். ஆனால், கூந்தல் மட்டும் என்னைப் பின்பற்றி வந்துகொண்டிருந்தது.

நான் தமிழ் படிக்க காவிரி ஓர ஊருக்குப் போனேன். வெள்ளாற்றிலும் வெட்டாற்றிலும் காவிரி பொங்கிப் பிரவாகம் எடுத்து ஓடிக்கொண்டிருந்தது. மனிதர்கள் மனசில் ஈரம் இருந்தது. நான் உட்காரும்படி நேர்ந்தது. ஜன்னலைத் தாண்டி வெட்டாறு ஓடியது. என் எதிரே படித்துறை. அதுவும் மதியம் பதினொரு மணி முதல் மாலை வரைக்கும் பெண்களால் எடுத்துக்கொள்ளப்படும் படித்துறை. பதினொரு மணிக்குத்தான் எனக்குப் பவணந்தியின் வருகை நேரம். பாடம் நடத்தியவர் மகத்தான அறிஞர் இலக்கணப் பேரறிஞர்: எல்லாவற்றையும்விட மகத்தானவர்களாக இருந்தவர்கள், சரியாகப் பவணந்தி வரும் நேரம் பார்த்துத்தான் குளிக்க வந்தார்கள். குளிப்பது என்பது ஒருகொண்டாட்டம். ஒரு தண்ணீர்த் திருவிழா. களிப் பூட்டிக்கொள்ள எடுக்கும் ஸ்நானசிலாக்கியம். வெட்டாற்றில், விரித்த பழுப்புக் காகிதம் போன்ற நீர் விரிப்பில், படிந்து தம் கூந்தலைப் படரவிட்டு முடி முனைகளைக் கூரிய எழுதுகோல்களாகக்கொண்டு குளிப்பவர்கள் எழுதிக் காட்டிய சொற்களே எனக்கானவையாக எனக்குத் தோன்றின. நதியின் சமப்பரப்பில் படுத்துக் கால்நீட்டி விக்ராந்தி செய்துகொண்ட கூந்தல் பலகைகள் மேல், நான் கவிதைகள் எழுதினேன் என்றால் அது கற்பனையே அல்ல; உண்மை. ஆற்றின் மேல்பரப்பில் பரவிய கூந்தல், பல்கிப் பரவிப் பார்த்து என்

ஜன்னல், ஜன்னல் கம்பி வழி புகுந்து என் மேசை மேல் கவிந்து, பவணந்தி முகத்தில் மெழுகியது. பவணந்தியைக் கூந்தல்கள் தற்காலிகமாக வென்றாலும், தேர்வுகளில் பவணந்தியின் மேல்தான் வினாக்கள் கேட்டார்களே தவிர, கூந்தல்களைப் பற்றி அல்ல.

சிரிக்கிறீர்கள் அம்மணி. கூந்தல், ஒரு வால் போலும், சாட்டை போலும், கயிறு போலும் வளர்ந்து என் வாழ்க்கையைத் தொடர்ந்து வந்து என்னைச் சோதிப்பதும், தொந்தரவுக்குள்ளாவதுமாக இருந்தால், அற்ப மனிதன் என்னதான் செய்யக்கூடும்? முடிவுகளுக்கு முன், அவற்றின் அதிகாரத்துக்கு முன்னால், சாமான்யர் ஏது செய்யக் கூடும். சவரம் செய்துகொள்ளும்போது கன்னத்தை வெட்டிக் கொள்கிறவரும், பேருந்துகளில் மணிபர்சைப் பறிகொடுப்பவரும், மனைவியோடு சிரித்துப் பேசாதவரும் போன்ற ஆசாமிகளின் முன்னால் நிற்கும் ஏழைக் குமாஸ்தா நான்.

கேளுங்கள் அம்மணி. எனக்கும் நண்பர் பிச்சுமணிக்கும் சமஸ்கிருதம் கற்றுக்கொள்ள வேண்டும் என்ற விருப்பு ஏற்பட, வெண்ணாற்றங்கரையில் வீடு வைத்திருக்கும் லட்சுமணாச்சார் சுவாமிகளிடம் சிஷ்யர்களாகச் சேர்ந்தோம். அதற்குள் ராயர் கடை திறந்து விடும். இந்த ஊருக்கே உரிய டிகிரி காப்பி எங்களுக்குத் தயாராகி விடும். அசல் காப்பி என்றால் எது என்பதை அக்காலத்தில்தான் நான் அறிந்தேன். அதுவரை நான் குடித்துக்கொண்டிருந்த திரவ பதார்த்தம், காப்பி என்ற கள்ளப்பெயர்கொண்டிருந்த மாரீசச் சமாச்சாரம் என்பது தெரிந்தது. எங்கள் சுவாமி ஒரு நல்ல காப்பிப் பிரியர். அவர் சொல்லுவார், தேவாள் எல்லாம் மனிதர்களாக அவதாரங்களாக பூமியில் பிறக்க நேரும்போது, பூலோகத்தில் அமுதம் இல்லையே பிரபுவே என்று பகவான் மகாவிஷ்ணுவிடம் முறையிட, அதனால் என்ன, டிகிரி காப்பி இருக்கிறதே என்றாராம் பகவான்... சொல்லுவார் சுவாமி!

தன்னைக் கழுவிக்கொள்ளும் காலை மிக ரம்மியமாக இருக்கும். நாங்கள் சைக்கிளைக் கமுகு மரத்துக்குக் கீழே நிறுத்தி ஸ்டாண்டு போடும் அதே நேரம், சப்தம் கேட்டு வாசலுக்கு வருவாள் கோதை. சுவாமியின் குலக்கொடி. அப்போதுதான் ஸ்நானம் செய்து, உலராத கூந்தலை விரித்து, கால்வாய்களைப் போல் பரப்பி விட்டுக்கொண்டு, பூமிக்குள் இருந்து பிளந்துகொண்டு தோன்றுவாள். பூமி என்று சொல்லக்கூடாது. அழுக்குப் பட்டாலும் படும். கடலில் இருந்து எழுந்து வருவாளாக இருக்கும்.

பாவாடை ஓரம் என்றும் ஈரமாகவே இருக்கும். சரிதான், கடல்தான். தினம் தினம் அவள்தான் எங்களை வரவேற்று, "அப்பா. அவாள்ளாம் வந்துட்டா" என்பாள். நாங்கள் ராம சப்தம் முடிந்து, கோதாஸ்துதிக்கு வந்து சேர்ந்திருந்தோம்.

இங்கும் கூந்தல்தான். இந்தமுறை நான் இல்லை; பிச்சுமணி. அவன் கனவில் கோதை வந்தாளாம். தலையை வாரியா? விரித்து விட்டா? என்றேன். சுத்தமாக வாரி, ஒற்றைச் சடை போட்டுத்தானாம். கூந்தலில் மல்லிகை வேறாம். அதுவும் ரெட்டை மல்லியாம். சொன்னான். அவன் கனவில் என்னத்துக்கு என்று நான் கேட்க முடியாது. யார் கனவுகளில் யார் பிரவேசிப்பது என்பது தனி நபர் சுதந்திரம். கனவு வீடுகளுக்குக் கதவுகள் இல்லை.

விஷயம் கனவோடு நிற்கவில்லை. கூந்தல் விதி குறுக்கிட்டது. பிச்சுமணி கோதைக்குக் காதல் கடிதம் எழுதுவது என்று தீர்மானித்து விட்டான். அவனே எடுத்த முடிவு. வழவழ என்று ஒரு தாளை எங்கிருந்தோ சம்பாதித்து பல வண்ண மைகளைப் பயன்படுத்தி ரஸம் (இது காதல் ரஸம். மனசுக்குள்ளே அடுப்பு வைத்துக் கூட்டிக் கொள்வது) சொட்டச் சொட்ட எழுதியிருக்கிறான். ஒருநாள் முந்தின இரவே, மறுநாள் தனக்கு வீட்டு வேலை ஏதோ இருக்கிறது, ஆகவே வகுப்புக்கு வரமாட்டேன் என்றான்.

மறுநாள் வைகறையில் கோழிகள் கண் விழிக்கும் முன்பே வெண்ணாற்றங்கரைக்கு வந்து சேர்ந்திருக்கிறான். இருள், மத்திய வயதுக்காரர்களின் தலைமுடி மாதிரி லேசாக நரைத்தபோது, கோதை ஆற்றுக்கு நீராட வந்திருக்கிறாள். இந்தக் கோதை மாமன் மகள்களைச் சேர்த்துக்கொண்டு வரவில்லை. தனியாகத்தான் வந்திருக்கிறாள். படியில் அவள் இறங்கும்போது, கீழ்ப்படியில் இருந்த அவன் கடிதத்தை நீட்டியிருக்கிறான்.

"என்ன இது?"

"கடிதம்."

"அப்பாவுக்கா?"

"இல்லை; உனக்கு."

"எனக்கு என்னத்துக்கு?"

"படி, தெரியும்."

"சரி" என்று அவள் படி இறங்கியிருக்கிறாள். "இங்கேயே படி" என்று அவன் சொல்லவில்லை. கோதை அதைப் படிக்கவில்லை என்பதுதான் உச்சம். எழுதப்படாத வெள்ளைத் தாளான அவள், அந்தக் கடிதத்தை எடுத்துப்போய் அப்பாவிடம், "பிச்சுமணி சார் கொடுத்தார்ப்பா" என்று கொடுத்துவிட்டிருக்கிறாள். அன்று மாலை சரவணா பவனில் டிபன் சாப்பிட்டுக்கொண்டிருக்கும்போது பிச்சுமணி இந்தக் கதையைச் சொன்னான். எனக்கு தோசை இறங்கவில்லை. "கெடுத்தியே" என்றேன்.

"முந்திக்கிட்டேன்" என்றான் அவன் சாவதானமாக. வெண் ணாற்றங்கரைப் பக்கம். அந்த ஓடு போட்ட வீட்டுப் பக்கம் அதன்பின் நான் போகவில்லை.

"பிச்சுமணி கடிதம் கொடுக்கவில்லை என்றால், நீங்கள் என்ன செய்திருப்பீர்கள்?" என்று கேட்டாள் சுமதி.

"நான் கொடுத்திருப்பேன். பிச்சுமணி கடிதம் கொடுத்தது அல்ல என் பிரச்சனை; அதை நான் தரவில்லையே என்பது."

"ரொம்ப சரி, மூர்த்தி. சரி. என்னிடம் இருந்து ஏன் ஓடி ஒளிகிறீர்கள்? என் கூந்தல் தொந்தரவு செய்யும் என்பதாலா?"

மூர்த்தி அவள் கூந்தலை நேருக்கு நேராகப் பார்த்தான். அது நதி அல்ல. தலைமறைவிலிருந்து வழுக்கி விழும் முடி அருவியும் அல்ல. சௌகரியத்துக்காகவும், விருப்பப்படியும் முடியை வெட்டிக்கொண்டிருந்தாள் சுமதி.

"ஏன் கூந்தலை வெட்டியிருக்கிறாய்? நேராக விட்டுப் பின்னி னால் அழகாக இருக்கும் என்று சொல்ல விரும்புகிறீர்களா?"

"பிறத்தியார் விஷயத்தில் தலையிடும் முட்டாள் அல்ல நான்!"

"மகிழ்ச்சி. இப்போதெல்லாம் பெண்கள் எந்தவகை ஆடை அணியலாம், எந்தவகை முடி வைக்கலாம், எந்த வகையில் எழுதலாம் என்று ஆண்கள்தான் பேசுகிறார்கள்."

"அந்த முட்டாள் கூட்டத்தில் நான் ஒருவன் அல்லன்."
"இரட்டிப்பு மகிழ்ச்சி. அது சரி, என்னைக் கண்டு ஏன் எலி மாதிரி ஓடுகிறீர்கள்? என் கூந்தல்தான் எலி வாலாயிற்றே. நீங்கள் ரசிக்கும்படி நான் கூந்தல் அழகி இல்லையே?"

அவன் மெள்ளமாக மேசையைப் பார்த்தபடி இருந்தான். சர்வர் பஜ்ஜியை வைத்துச் சென்றார்.

"சொல்லுங்கள். என்ன தயக்கம்? அன்று கஸ்தூரி கல்யாண வரவேற்பில் உங்கள் பக்கத்தில் நான் வந்து அமர்ந்தேன். நீங்கள் ஏதோ சாக்கிட்டு எழுந்து சென்றுவிட்டீர்கள். பல சமயங்களில், உணவு இடைவேளையில், அலுவலக மீட்டிங்கில், கான்டீனில் விலகி விலகிச் சென்றுகொண்டே இருக்கிறீர்கள். கூந்தல் பிரச்சனையா?"

அவன் அமைதியாக இருந்தான்.

"எந்தக் கூந்தல் உங்களைத் துன்புறுத்தியது? அது அதன் இடத்தில் வளர்ந்து தொங்குகிறது. உங்களை அது சீண்டுவானேன்? அற்புதமேரி உங்களுக்காகவா அந்த ஒற்றை முடியை வளர்த்தாள்! ஆசையாக இருந்தால், அதை அவளிடமே கேட்டுவிட வேண்டியது தானே? அப்புறம், அந்த மாடி மங்கைக் கூந்தலுக்கும் உங்களுக்கும் என்ன தொடர்பு? வேண்டி இருந்தால் மதில் ஏறிக் குதித்து வருவதை அடைய வேண்டியதுதானே? ஏன் செய்யவில்லை? செய்யாத தால்தான் கூந்தல் உங்கள் தலைமேல் வளர்ந்து நிற்கிறது."

மூர்த்தி தனக்கு முன் பறக்கும் ஈயைக் கவனித்துக் கொண்டிருந்தான். அப்புறம் வந்திருந்த பூரியில் கவனம்கொண்டான்.

சுமதி, அவர்கள் காப்பிக்கு வரும்போது, அவனை நோக்கிக்கையை நீட்டினாள்.

"என்ன?" என்றான் மூர்த்தி.

"கை கொடுங்கள்."

கொடுத்தான்.

"மின்சாரம் எதுவும் பாய்கிறதா?"

"இல்லை."

"இருந்தால், மின்சார உற்பத்திக்கு இத்தனை கஷ்டம் ஏன்?"

காப்பி சுமாராக இருந்தது.

"டிகிரி காப்பிபோல இல்லையே."

"ஆமாம்."

"இருக்காது. சில இடங்களில்தான் சில கிடைக்கும். எல்லா இடங்களிலும் எல்லாம் கிடைக்காது."

அவனுக்குப் புரிவதுபோல இருந்தது. "மூர்த்தி... நீங்கள் என்னைக் காதலிக்கிறீர்களா?"

புத்திசாலித்தனமாக, வாழ்க்கையில் முதல் முறையாக "இல்லை" என்று பொய் சொன்னான் மூர்த்தி.

"நானும் இல்லை. நாம் நல்ல நண்பர்களாக இருப்போம். எனக்கு உங்களைப் பிடிக்கிறது. அதனால்தான் உங்களைத் துரத்தினேன்."

அவர்கள் எழுந்து வெளியே வந்தார்கள்.

உலகம், அவனுக்கு முன்னால், ஓர் உலகத்தைக் காட்டிக் கொண்டிருந்தது.

2014

திண்ணன் மறைந்தான்

பொன்முகலி ஆற்றங்கரையில், அடர்ந்தும் இருண்டும் குளிர்ந்தும் விளக்குவதான உருட்பூர்க் காட்டில், ஒரு மதிய நேரத்தில், யூகி என்ற பெண்மானும், அழகு என்ற பெயர்கொண்ட அதன் கன்றும், நல்ல பசிய தாவரத்தை மனம்கொண்ட மட்டும் உண்டும், ஆற்றின் தேனுக்கு நிகரான நீரைக் குடித்தும் உண்டான மகிழ்ச்சியில், நானாவிதக் கானகச் சங்கதிகள், வியாக்கியானங்கள் பேசிக்கொண்டு களித்து இருந்துகொண்டிருந்த வேளையில், யூகியின் காது மடல், வெற்றிலைச் சுருள் போல் உயர்ந்து, காற்றில்வரும் ஆபத்தின் சங்கேதத்தை உணர்ந்தது. அதன் மேனி சிலிர்த்து ஒடுங்கியது. மனதை ஒருமுகத்தில் நிறுத்தி, வரப்போவதை அவதானித்து, தன் இரத்தத் தைத் தானே முகர்வதுபோல, ஒரு கொடிய வேட்டுவனின் வாசனை அதன் நாசியை எரித்தது.

"குழந்தாய், அழகு. ஆபத்து வருகிறது. யாரோ ஒரு வேடனின் கூர்த்த அம்பின் முனையின் இரத்தமும் சதையும் உலோகமும் கூடிய வாசனை எனக்குத் தெரிகிறது. உடனே, அந்த மாதவிப் பந்தருக்குள் போய்ப் பதுங்கிக்கொள்வோம்."

தாயும் குட்டியும் மாதவிக் கொடிக்குப் பின்புறம் போய்ப் பதுங்கி, இண்டு இடுக்கின் வழியாகப் பாதையைப் பார்த்தன. குட்டியின் மார்பு அச்சத்தில் அடிப்பதை யூகி ஸ்பர்சத்தில் உணர்ந்து, இறுக்கி அணைத்துக்கொண்டது.

ஒரு மனிதன் வெளிப்பட்டான். அவன் திண்ணன். அவனை யூகி அறிவாள். பலத்தில், பிளக்க முடியாத பாறை என்று அறியப் பட்டவன். அவன் வழியில் குறுக்கிடும் மரங்களைக்கையால் தள்ளி விட்டுப் போகிறவன். முடியவில்லையெனில், வேரோடு பிடுங்கி எறிபவன். வேட்டையில் மகா சமர்த்தன். வலை விரித்தது தெரியாமல், குறி தப்பாமல் அம்பால் துளைப்பவன். பாவி, மான், கடமை, பன்றி, எருமை என எதுவானாலும் எதிர்நின்றோ மறைந்தோ கொல்வான். என்ன ஆள்? மான், பன்றி மாதிரி குரலெழுப்பிக் கூப்பிட்டும் கொல்வான்.

வரவரக் கானகத்தில் மனிதக் குரல் எது, விலங்கின் குரல் எது என்று பிரித்தறிய முடியாமல், மகிழ்ந்து சென்று மாட்டிக்கொண்ட விலங்குகள் எத்தனை? அவன் குதிக்கால்பட்ட இடம் பள்ளமாகும். அவனா இவன். கையில் வில் இல்லை. அம்பு இல்லை. தரையையே பார்த்தபடி, மெல்ல, ஏதோ, திடுமெனத் தட்டையாகிவிட்டவன்போல நடந்தான். என்ன அப்படித் தீவிரமாகச் சிந்திக்கிறான். தங்களுக்கு நேராக வந்தவன், நிற்பான் என்று யூகி எதிர்பார்த்தாள். மிருகங்களின் வாசனை அவன் உணர்வான். ஆறுதலாக, அவன் கையில் அம்போ, வேறு ஆயுதமோ இல்லை. பிறிதொன்றையும் கவனத்தில் கொள்ளாமல் அவன் நடந்தபடி இருந்தான்.

கொடி மறைவிலிருந்து வெளியே வந்தார்கள், இருவரும். அழகு கேட்டாள்.

“அம்மா, என்னவோ ஆபத்து என்றாயே. இவன் ஆயுத பாணியும் இல்லையே.”

“வெளிப்படை ஆயுதம் இல்லாமல் இருக்கலாம் என்றாலும், மனிதர்கள் நம் விரோதிகளாகத்தானே இருக்கிறார்கள். நமக்கு ஜாக்ரதை வேணும்.”

“ஆனால், இவன், தந்தையை வேட்டையாடியவன் அல்லவோ? ஏன், என்னமோ மாதிரிப் போகிறானே? அந்த வேட்டை நாள் நினைவுக்கு வருகிறது. அவன்தானே இவன்?”

“அவனேதான். வித்தியாசமாக இருக்கிறானே? நாற்றிசை மிருக ஒலிக்கும் குவியும் அவன் காது மடல்கள் மூடிக்கிடக்கின்றனவே. நம் குளம்புகளின் மணற் பதிவைத் தேடும், அவன் கண்கள் ஏன் பஞ்சடைந்து கிடக்கின்றன. என்ன நேர்ந்தது அவனுக்கு?”

“இதுவும் ஒரு தந்திரமாக இருக்குமோ? அம்மா.”

“இருக்கும், கண்ணே. சரியாகச் சொன்னாய். விருத்தபூதன் என்கிற பூனை காஷாயம் பூண்ட கதைபோல இருக்கலாம்.”

“அஃதென்ன கதை.”

“சொல்கிறேன். அந்தக் கோமதி மர நிழலுக்குப் போவோம்... முன்னொரு காலத்தில், தட்சசீலத்தில் விருத்தபூதன் என்கிற பூனை ஒன்று தனக்குப்போதுமான உணவு கிடைக்காமல் இளைத்துப் போயிற்று. என்ன பண்ணலாம் என்று யோசிக்கையில், கங்கைக்கரைச் சாமியார்கள் பற்றிய கதையை அது கேள்விப்பட்டதன் விளைவாகக் காஷாயம் உடுத்தினால், இரை சுலபமாகக் கிடைக்கும் என்ற முடிவுக்கு வந்தது. அதன்படி காஷாயம், ருத்ராட்சம், தண்டம், கமண்டலம் எல்லாம் பூண்டு, ஒரு ஆலமரத்தின் அடியில் கண்ணை மூடி மூஷிக்கா மந்திரம் ஜெபிக்கத் தொடங்கியது.”

“அஃதென்ன மூவிக்கா மந்திரம்.”

“எலிகளை மனசிலும் வயிற்றிலும் வைத்து ஜபிக்கும் மாமிச மந்திரம்.”

“ஓ... எலிகள் கிடைத்தனவா?”

“ஏமாறுவதற்கென்று எப்போதுமே உயிர்கள் காத்துக்கிடக் கின்றனவே. துறந்ததாகச் சொல்பவர்கள், அதீத ஆசைப்படுபவர்கள் அல்லவா? நம்பிய எலிகள் மாட்டின. ஒரு எலி, ரொம்பப் படித்த எலி. சங்க இலக்கியம் முதல் உலக இலக்கியம் வரைக்கும் படித்ததாகச் சொல்வார்கள். அதோடு ஆறு சாஸ்திரம், பதினெட்டுப் புராணம், அறுபத்து நாலு கலைஞானம் அத்துப்படி, அதை எழினி என்று அழைப்பார்கள்.”

“எழினி என்ன பண்ணிற்று?”

“சொல்றேன். ரொம்ப யோசனை பண்ணிய எழினி, ஒரு புலி யுடைய தோலைப் போர்த்திக்கொண்டு அட்டகாசமாகக் கர்ஜித்தும் சாடியும் ஓடியும் மிகக் கோபம்கொண்டவர்போல விருத்தபூதன் முன் போய் நின்றது. அகோ, விருத்தபூதனே என்ன காரியம் செய் கிறாய்? காஷாயம் பூண்டு தண்டு கமண்டலத்துடன், கள்ள சந்நியாசிக் காரியம் பண்ணுகிறாயா? உமது துறவுக்கு மயங்கிவரும் எலிகளைப் பிடித்து விழுங்குகிறாய் என்று கேள்விப்பட்டேனே, உண்மைதானா? எனக் கர்ஜனை

செய்ததும் வெலவெலத்துப் போயிற்று பூனை. அந்தக் கணமே காஷாயத்தை உதறி, புலி வேஷம் போட்ட எலியின் காலில் விழுந்து ஓடியே போனது. அந்த விருத்த பூதன்போல இந்தத் திண்ணனும் பாவனை காட்டுகிறானோ என்னமோ, அறியேன். பொறுத்திருந்து பார்ப்போம்."

காட்டுக்குள் இதுவே பேச்சாகப் போயிற்று. பறவைகள், விலங்குகள் எல்லாம் யோசித்துக்கொண்டிருந்தன. பச்சைக்கிளிகள் பழம் தேடிப் போகாமலும், நெருப்புக் கோழிகள் தலையை மண்ணுக்குள் ஆழ்த்தியும், மீன்கள் நீருக்குள் நீந்தாமலும் இதையே யோசித்துக்கொண்டிருந்தன.

ஒரு நாள், மாலை மயங்குகிற நேரம். பறவைகள் சத்தம் செய்தபடி தங்கள் கூடுகளுக்குள் அடைகிற நேரம். யூகியைத் தேடிக்கொண்டு, செங்கமலம் என்கிற காட்டுப் பன்றி வந்து சேர்ந்தது. விசித்திரப் பொருளைப் பார்க்க நேர்ந்ததுபோல, அதன்முகம் விசித்திரமாகி இருந்தது.

"யூகி மானே, ஒரு விந்தையைக் கேளேன்" என்றபடி யூகியின் மரத்தடிக்கு வந்து சேர்ந்தது செங்கமலப் பன்றி.

"அஃதென்ன விந்தை" என்றது யூகி.

"இன்று சாயரட்சை, பெரிய ஆல மரத்தின் கீழே, விநோதன் என்கிற சொக்க புராணப் பிரவசனம் செய்கிறதைக் கேட்கப் போனேன். நிறைய பலகாரமும் கொடுத்தார்கள். சாப்பிட்டு நல்ல தண்ணீராகக் குடிக்கலாமே என்ற எண்ணத்தில், மலையடிவாரச் சுனைக்குப் போனேனா?"

"போனாய். அப்புறம்?"

"தண்ணீர் குடித்து நிமிர்ந்து திரும்பினேனா? அங்கே, குன்றின் மேல், திண்ணன் உட்கார்ந்து, மறையும் சூரியனையே பார்த்துக்கொண்டிருக்கிறான். என் கண்களும் அவன் கண்களும் சந்தித்து விட்டன. என் உயிரே ஆடிவிட்டது யூகியம்மா. செத்தேன்" என்றே நினைத்துவிட்டேன். என் தாயைக் கொன்ற பாவி அவனல்லவா? என்னையும் கொல்லத்தான் வந்திருக்கிறான் என்ற எண்ணத்தோடு, அச்சமே உடம்பாக, நகர முடியாமல் ஸ்தம்பித்துப் போய் நின்று விட்டேன். நின்றது நின்றபடியே இருந்தேன். மரணத்தின் கடைசிப் படியில் நின்றாற் போல் நின்றேன். என்ன ஆச்சரியம். என்னைப் பொருட்டாகவே கருதாமல், அந்த மறையும் சூரியனையே பார்த்துக்கொண்டிருந்தான் அவன். நகரும்

சக்தியைத் திரட்டிக்கொண்டு நகர்ந்து, பிறகு நடந்து, பிறகு ஓடி வந்தேன். திண்ணன் ஏன் இப்படி இருக்கிறான்?"

"அதுதான் எனக்கும் புரியவில்லை, செங்கமலம். திடீரென இந்த மனிதனுக்கு என்ன நேர்ந்தது? ஏன் இப்படி ஆகிப்போனான். வேட்டையாடுவது, தின்பது, கூத்தாடுவது, குடிப்பது, சல்லாபம் செய்வது என்று இருந்தவன் ஏன் இப்படி ஆகிப்போனான். மிருகங்களை, பறவைகளைக் கொன்று தின்பவன் இப்படியும் சூரியனை முறைத்துப் பார்த்துக்கொண்டு இருப்பானேன். எனக்குக் கவலையாய் இருக்கிறதே."

"எனக்கும் அஃதே. எதற்கும் மற்றவர்களோடு கலந்து பேசுவோம், பெரிய கழுத்தும் பெரும் படிப்பாளியுமான சாந்திநாதர் என்று அழைக்கப்படுகிற ஓட்டைச்சிவிங்கியாரிடம் சென்றுபேசுவோம் நாளைக்கு வாருமே."

"சரி"

"ராப்போஜனம் புசிக்கிறது, நம் வீட்டில்."

"இருக்கட்டும். மாலை உண்டது, இரவு தாங்கும். அதோடு பயத் தையும் சேர்த்து உண்டதால், செரிமானம் இல்லாததுபோல் இருக்கிறது."

"பொதினிக் கீரையும் பூண்டுக் கீரையும் காலை பகல் இரவு மேயுங்கள். சரியாகப் போகும்."

மறுநாள், கிளி முதலான பறவை வர்க்கமும் விலங்குகள் பலவும் சாந்திநாதரிடம் சென்று சேர்ந்தன. சாந்திநாதர் தன் மூக்குக் கண்ணாடி வழியாக வந்திருக்கும் ஆரண்யவாசிகளைப் பார்த்தது. படித்துக்கொண்டிருந்த புத்தகத்தைக் கிளையில் வைத்தது.

"வாருங்கள். எல்லோரும் உக்காருங்கள். எல்லோரும் ஒன்றுகூடி வந்திருக்கிறதைப் பார்த்தால் பெரிய விசேஷம் ஏதேனும் இருக்கும்போலத் தோன்றுகிறதே" என்றபடி நீண்ட தன் கழுத்தைச் சுருக்கி, ஒவ்வொன்றாகப் பார்த்தது.

யூகிதான் முதலில் விஷயத்தைச் சொல்லியது. அதன் பிறகு காட்டுப் பன்றி பேசத் தொடங்கிற்று. அதன் பிறகு மகுடேசன் என்கிற மலைப்பாம்பு சீறிக்கொண்டு பேசத் தொடங்கியது.

"சுவாமி... தாங்கள் திரிகாலமும் அறிந்த விவேகி. தாங்கள் அறியாததா? நம் இனங்களை வேட்டையாடுவதையே தொழிலாகக்கொண்டு ஜீவித்த மகா நெஞ்சழுத்தக்காரன்,

சட்டென்று வதை செய்வதை விட்டுவிட்டு சதா பைத்தியம் பிடித்தவன்போலச் சுற்று கிறானே, ஏன் அப்படி? அதோடு, பகைவன், எந்த விதமான யோசனை வைத்திருக்கிறானோ, நம் எல்லோரையம் ஒரே நாளில் கொல்லும் சூத்திரம் எதையாவது கண்டுபிடிக்கிறானா என்பதை அறிந்தால் அல்லவா, நாம் நிர்ப்பயமாக இருக்கலாம்" என்றது.

மந்தாரகன் என்ற பெயர்கொண்ட மயில் ஒன்று, முன்னால் வந்து அகவியது.

"ஐயா... இரவு பகல் எல்லோர்க்கும் இதுவே பெரும் கவலையாக இருக்கிறது. கொன்றுகொண்டே இருந்தவன், கொல்லாமல் ஏன் இருக்க வேண்டும். எந்தப் பக்கத்திலிருந்து அம்பு வரும் என்று எதிர் பார்த்துக்கொண்டு வாழ்ந்த வாழ்க்கை சுவாரஸ்யம் இல்லாமல் போகிறது பற்றித்தான் கவலையாக இருக்கிறது."

"மந்தாரகன் விஷயத்தைச் சரியாகச் சொல்லிவிட்டது" என்று சொன்னது எழிலன் என்கிற கரடி. எழிலியும் அதை ஆமோதித்தது. ஆமை ஒன்று, தொண்டையைக் கனைத்துக்கொண்டு பேசத் தொடங்கியது.

"பரசுராமர், கர்ணனிடம் சொல்லியதைக் குளத்தில் இருந்தபடி கேட்டேன். கர்ணா, உனக்கு எதற்கு, யாரிடமும் இல்லாத அஸ்திரம்? அதனால் நீ என்ன செய்யப்போகிறாய்?" என்றதற்குக் கர்ணன், கை கட்டிக்கொண்டு ரொம்பப் பணிவுடன் சொன்னது என்னவென்றால், "சுவாமி, மகா கீர்த்தி பொருந்திய அந்த அஸ்திரம் எதற்கு என்றால், மகா கீர்த்தி பொருந்திய மரணத்தைச் சந்திக்க வேண்டும் என்பதற்குத்தான்." கட்டிய வஸ்திரத்தைத் துவைத்துக்கொண்டிருந்த பரசுராமர், சிரித்தபடி கேட்டார், "என்னப்பா, மரணம் அடைவதற்குத்தான் இத்தனை பிரயாசையா?" என்றதுக்குக் கர்ணன், சொன்னது, "ஆமாம், எத்தனை முன்னோர்கள், மகான்கள், தபஸ்விகள், ரிஷிகள் எல்லாம் எங்கே? அவர்கள் போன உலகத்துக்கு நானும் போவேன் என்பதை நாம் அறிய வேண்டாமா? தினம் மனிதர் சாவதும், தினம் மனிதர் பிறப்பதுமாக இருக்கிறதுதான் உலகின் யதார்த்தம் அல்லவா?" என்று சொன்னதும் பெரியவர், நன்றாகச் சொன்னதாகச் சொன்னார். "மரணம் எத்தனை மகத்தானது?"

"என்ன, மரணம் மகத்தானதா?" என்று மிரண்டது அப்போது வந்து சேர்ந்த யானை ஒன்று.

“அதில் என்ன சந்தேகம். மரணம் யாருக்குத்தான் தெரியாது. அதற்காக உண்ணாமலும் உறங்காமலும் உணவு சேர்த்து வைக்காமலுமா இருக்கிறோம். இணை சேர்ந்து பிள்ளைகள் பெற்றுக் கொள்ளாமலா இருக்கிறோம். எல்லாம் என்னத்துக்காக. மரியாதையுடன் கூடிய மரணத்தைப் பெற்றுக்கொள்வதற்கல்லவா?” என்று கிளையிலிருந்து குதித்து, ஒரு மாம்பழத்தைக் கொறித்தபடி சொன்னது அங்கதன் என்ற அணிற்பிள்ளை ஒன்று.

“கீச்கீச், சரிதான் சரிதான்” என்றது பச்சைக்கிளி.

“கடந்த சில நாட்களாகத் திண்ணன், வேட்டையாடவே இல்லையே. ஏன்? நம்மை அவன் இப்படி வதைக்கலாமா” என்று கேட்டது குளத்து மீன் ஒன்று.

ஓட்டகச்சிவிங்கி வானத்தைப் பார்த்தது. சிந்திப்பது என்றால் வானத்தைப் பார்ப்பது என்று அர்த்தம். சற்று நேரம் சென்ற பிறகு அது சொன்னது.

“எல்லாம் சரிதான். திண்ணனின் வில்லின் பலத்தை நான் அறிவேன். அவனைவிடப் பெரியது அவன் வில். அவன் பாட்டன், தந்தை ஆகியோர்கூட, இத்தனை வலிய வில்லை வைத்திருக்கவில்லை.

வாத்தியாரால் கட்டை விரல் வெட்டப்பட்ட வில்லாளி ஒருவன் தந்தது இந்த வில் என்று பராபரியாகக் கேள்வி. அந்த வில்லாளியின் ஆவி, இந்த வில்லில் இருப்பதாகப் பெரியோர்கள் சொல்கிறார்கள். கோபம், ஆக்ரோஷம், வஞ்சம் ஆகியவை அந்த வில்லின் நாணில் முறுக்குண்டு இருக்கின்றன என்றும் பேச்சு. அத்தன்மைத்து அந்த வில்.”

“ஒரு சந்தேகம்” என்றது நீலன் என்ற நீர் யானை.

“என்ன?”

“அத்தன்மைத்து என்றீர்களே. அதன் பொருள் என்ன?”

“அந்த வில்லின் குணம், தன்மை அப்படி என்று பொருள்.”

“சரி”

“என்ன சொன்னேன். அத்தன்மைத்து என்றா சொன்னேன். அதனாலே, அன்பர்களே, அந்த வில்லின் கயிறு இழுபடாமல் இருக்கப் படாது. மனிதன், நம்மைப் போன்றவன்தான். அவனும் பசிக்குப் புசிக்கிறான். அதற்காக உழைக்கிறான். இணை விழைச்சுக்கு, புரிகிறது, புரியவில்லை என்று தெரிகிறது,

சொல்கிறேன், ஆண் பெண் சேர்க்கை, அலைகிறான். கடைசிவரை நிம்மதியும் சுதந்திரமும் இல்லாமல் சாகிறான். பாவம். நாம் எவ்வளவோ மேலானவர்கள்."

"என்னதான் பண்ணலாம்" என்று கூட்டமாகக் குரல் ஒலித்தது.

"சொல்கிறேன். ஏன் நாம் திண்ணனையே நேராகச் சென்று பார்த்துப் பேசினால் என்ன? ஏனப்பா எங்களைக் கொல்லவில்லை, என்னதான் நேர்ந்தது உனக்கு. ஏன் எங்களுக்குள் வீணான அச்சத்தை ஏற்படுத்தி வதைக்கிறாய் என்று கேட்போம்."

"ஆகா. பிரமாதமான யோசனை" என்றது சபை.

முன் யோசனையுடன் கேது என்ற குரங்கை அனுப்பி, திண்ணன் எங்கே இருக்கிறான் என்பதையும், அவன் கையில் வில் இருக்கிறதா என்றும் பார்த்து வரும்படி ஏற்பாடு செய்தார், சாந்திநாதர் என்ற ஓட்டைச்சிவிங்கி, கேது குதித்துக்கொண்டு வந்து, திண்ணன் மலையடி வாரக் குன்றின் மேல் அமர்ந்து, சூரியனை முறைத்துப் பார்த்துக்கொண்டிருக்கிறான், அவன் பக்கத்தில் வில் இல்லை என்று ஆறுதலான தகவல் சொன்னது.

திண்ணன் ஆகாயத்தைப் பார்த்துக்கொண்டு இருந்தான். ஏதோ சித்திரத்தைப் பார்ப்பதுபோலவும் அவன் இருந்தான். பாராததுபோலவும் இருந்தான். அவனது அந்த நிலையைப் பார்த்துக் குதுரகலன் என்ற குதிரை, "ஹி... ஹி... ஹி..." என்று சிரித்தது. "உஸ்" என்று அதை அடக்கியது கர்த்தவன் என்கிற கழுதை "பொது இடத்தில், விவகாரமாகப் போகும் இடத்தில் பண்பாடு, நாகரிகம் இல்லாமல் அசந்தர்ப்பமாகச் சிரிக்கப்படாது" என்றது.

"வாஸ்தவம்தான்" என்றது குதிரை.

சுனையை நெருங்க நெருங்க எல்லார் நடையும் தயங்கி மெதுவாகச் சென்றன. முன்னால் சிவிங்கி சென்றது. அப்பறம் யானை போன்ற பலவான்கள் முன் சென்றன. திண்ணன், ஆகாயத்தில், ஆரஞ்சு வண்ணக் கடலில் லயித்திருந்தான். நீண்ட நேரம் சென்றது. ஆந்தையாகிய அநிருத்தன் லேசாகத் தொண்டையைச் செருமியது. திண்ணன் உண்மை உலகம் திரும்பினான். அவனுக்கு ஆச்சரியம். முகத்தில் தெரிந்தது. வன ஜீவிகள் அனைத்தும் அவன் முன் இருப்பதைக் கண்டான்.

"என்ன, எல்லோரும் திரண்டு வந்திருக்கிறீர்கள். என்ன சங்கதி?"

"எங்களுக்கெல்லாம் ஒரு சந்தேகம்."

"என்ன?"

"ஏன் இப்போதெல்லாம் வேட்டையாடுவதில்லை?"

"அவசியம் இல்லாமல் போய்விட்டது."

"எதனால் அப்படி"

"மேலே உள்ள முதுகுடிமைத் தேவருக்கு அர்ப்பணிக்க வேண்டித்தான் நிறைய ஜீவன்களைக் கொன்றேன். ஆனால், முதுகுடிமைத் தேவர், எனக்கும் சிவகோசரியாருக்கும் போட்டி வைத்துவிட்டார். அதுவே தப்பு. சும்மா பிள்ளை விளையாட்டு என என் பூசனையைக் கணித்துவிட்டார். குழந்தைக் கிறுக்கலைப் பொருட்படுத்துவோமா, நன்றாய் இல்லை என்போமா, அதுமாதிரி என் பூசனையும் என்று விட்டார். அன்பினால் செய்வதாம். வழக்கம், மரபு இவற்றால் செய்தது, என் முன்னோர்கள் செய்தது, பின் வந்தவர்களால் தவறு எனப்பட்டால் எங்களுடையது என்ன? தேவர், நிலை பிறழ்ந்து விட்டார்.

புரிந்தும் புரியாமலும் தலை ஆட்டியது கொக்கு.

"அது உங்கள் பிரச்சனை ஐயா. தாங்கள் எங்களை ஏன் வேட்டையாடுவது இல்லை. அது, எங்களை எப்படியெல்லாம் துன்புறுத்தியது என்பதை அறிவீரோ? எங்கு, எச்சந்தர்ப்பத்தில் உங்கள் அம்பு எங்கள் உடலை, உயிரை ஊடுருவுமோ என்று நாங்கள் இருந்த நிலை மாறி, நாங்கள் வெறுமனே அலைகிறோம். வாழ்க்கை வெளிச் சென்று, உயிர்ப்பு மிக்கதாக இல்லாமல், ஜீவத் துடிதுடிப்பு இன்றி வற்றும் குளமாகிவிட்டதே. வேண்டுமானால், நாங்களே முறை வைத்துக்கொண்டு, ஒருவர் தினம் வருகிறோம், தாங்கள் சௌகரியமாக வேட்டையாடலாம்."

"நீங்கள் திரும்பவும் வேட்டையாடவேண்டும். மரணம் என்கிற மகா அனந்தத்தை நாங்கள் அனுபவிக்க விரும்புகிறோம்."

ஆள் ஆளுக்கு எல்லாமும், பேசத் தொடங்கிவிட்டன. கூச்சலும் குழப்பமும் பெருகியது. தலைவராக வந்த சிங்கியார் அமைதி ஏற்படுத்துவதில் தோற்றுப்போனார்.

"அமைதி வேணாம். அமைதி, வாழ்க்கையைச் சுருக்கிவிடும்" என்றது ஆந்தை.

"வில்லை எடுங்கள். எங்களைக் கொல்லுங்கள்" என்றது யானை.

"கொல்லுங்கள், கொல்லுங்கள். நீங்கள் சும்மா இருப்பது எங்களைச் சிரமப்படுத்துகிறது. சங்கடப்படுத்துகிறது. அலட்சியத்துக்கு, அவமானத்துக்கு உள்ளான விருந்தாளிபோல எங்களை உணரச் செய்கிறது."

கூட்டத்தின் கூச்சல் பெரிதாயின. திண்ணன், எழுந்து தென் திசைப் பக்கமாக நடந்தான்.

"வருவான். வில்லைக்கொண்டுவரத்தான் போகிறான்" என்றது ஒரு கிழச் சிங்கம். அதன் பெயர் மாலியவான்.

ஜீவராசிகள் எல்லாம் தென்திசையைப் பார்த்தபடி நின்றன. பாலியன் என்னும் பருந்தை அனுப்பித் திண்ணனின் திசை, நோக்கம் கவனித்துவர அனுப்பின. பருந்து திரும்பி வந்து, திண்ணன் கண்ணுக்குப்படவில்லை என்றது. திண்ணன், அதன்பிறகு, அந்தக் கானகத்தில் காணப்படவில்லை.

2014

துணை இல்லாதவர்கள்

மாடியில் இருந்து இறங்கித் தெருவில் வந்து நின்றான், சபா. அவன் முழுப்பெயர் சபாநாயகம். அவன் நின்ற இடம் தெருச் சாக்கடையை ஒட்டிய இடம். ஓரடி பின்னால் எடுத்து வைத்தால் அவன் சாக்கடையை மிதிக்க வேண்டி இருக்கும். பொதுவாக அப்படி நடப்பதில்லை. தெருதெருவின் முடிவும் வீட்டு வாசலின் தொடக்கமும் அடுத்தடுத்து இருக்கும் என்பது தெரு மனிதர்களின் மூளைகளில் பதிவு பெற்றிருந்தது. குறிப்பாகச் சாக்கடை இருக்கும் இடமும், அதில் கால் வைக்கக் கூடாது என்கிற தற்காப்பு உணர்வும். ஆனால் குழந்தைகள் தங்கள் பந்துகளை (கால்பந்து, கிரிக்கட்பந்து) சாக்கடையில் இருந்து மீட்டு எடுத்துச் சென்று விளையாட்டைத் தொடரவே செய்கிறார்கள். மழைக்காலங்களில் அகலமாகும் சாக்கடையில் கப்பல் விடுவதையும் அவர்கள் மறந்திருக்கவில்லை.

சபா, தெருவில் நின்றான். இடது பக்கம் போகலாமா, வலதா என்பது அவன் யோசனையாக இருந்தது. எந்தப் பக்கம் போனாலும் அவன் போக வேண்டிய இடம் அண்மைக்கும். சரியாக அதே நேரம், எதிர்ச்சாரி தெருவோரம், முருங்கை மரத்தின் கிழிருந்து வாசம் செய்யும் நாய், அவனைத் தலையை உயர்த்திப் பார்த்தது. பிறகு, அசுவாரஸ்யமாகத் தன்முன்னங்கால்களை நீட்டிப் படுத்துக்கொண்டது. இந்தப் பகுதிக்குக் குடி வந்த காலம் தொட்டு அது மிக நீண்ட காலம் அல்ல, சுமாராக ஓர் இரண்டு ஆண்டுகள் அதை அவன் பார்த்துக்கொண்டிருந்தான். அது சம்சாரி நிறைய உறுப்பினர்கள்கொண்ட

குடும்பத்தை ஒரு சமயம் நடத்திக்கொண்டிருந்தது. எதனாலோ இப்போது தனிப்பட்டுக் கிடந்தது. வானம்பிரஸ்த நிலையில் இருக்கிறதோ என்னவோ.

சபா, இடப்பக்கம் திரும்பி நடந்தான். அந்தத் தெருவில் பதினாறு வீடுகள் இருந்தன. அதைச் சந்து என்றும் வழங்கினார்கள். வாக்காளர்கள் கணக் கெடுப்பு நடந்தபோது அவனுக்கும் வேலை தரப்பட்டிருந்தது. இந்த ஏரியா வேலையில் அவனும் இருந்தான். வீடு என்கிற கூரையின் கீழே பெண், குழந்தைகள், ஆண் மற்றும் ஆளோ பெண்ணோ ஒரு கிழம் இருந்தார்கள். முற்றும் நகரமாக மாறி இராத அந்த ஊரில் நாலு வீட்டுக்கு ஒன்றில் மாடு வளர்த்தார்கள். வீட்டுக்குப் பின்னால் தோட்டம் இருந்தது. மாடுகளுக்குத் தோட்டம் என்கிற திறந்த வெளிபோதும். யாரும் வளர்க்காமல் ஏழெட்டு நாய்கள் கண்ணில் தென்படுகின்றன. சமயங்களில் அவைகளின் சண்டையின்போதும் குரைக்கும்போதும் அவைகள் எண்ணிக்கையில் அதிகம்போலக் காணும்.

மூன்றாம் வீட்டிலிருந்து தேசபந்து எதற்காகவோ வெளியே வந்தார். தேசபந்து எப்போதும் எதையாவது செய்துகொண்டும், ஆகிற வேலைகளைக் கார்வார் செய்துகொண்டும் இருப்பார். செய்ய வேலையா இல்லை? சுவர் காரை பெயர்ந்தால், மழை நீர் ஒழுகினால், குழாயில் தண்ணீர் வரவில்லையென்றால், ஒட்டடை தொங்கினால் என்று எத்தளவு வேலை. இருக்கவே இருக்கிறது, சாக்கடை சுத்தம் செய்யும் வேலை. அதற்கென்று இருக்கிற நீள்கோல், முதலான கருவிகள் என்று எல்லாம் செட்டாக வைத்துக்கொண்டு வாழ்பவர் அவர். ஏதோ ஒரு அரசுத் துறையில் பணியாற்றி, மிகு பொருள் கண்டவர். லஞ்சம் வாங்கும்போது கையும் மெய்யுமாகப் பிடிப்பட்டார். எப்படியோ தப்பித்தார். இதெல்லாம் பெரிய விஷயமா என்ன. சொல்லப் போனால் அந்த நிகழ்ச்சிக்குப் பிறகுதான் அவர் பெரிய மனுஷனாகவே அறியப்பட்டார். சபாவை அவர் பிடித்துக்கொண்டார்.

“இன்னைக்கு என்ன வேலை?” என்றான் சபா.

“வேலைக்கா பஞ்சம். சாக்கடை அடைச்சுட்டு நாறறது... விஷயம் தெரியுமோ... அந்தப் பையனோட குடும்பம், ஊரைவிட்டே காலி பண்ணிட்டுப் போயிட்டாம்”

“எந்தப் பையன்?”

“அதான் ஓய்... நம்ம மேலண்டை வீட்டுப் பொண்ணோட இருந்தவனைப் பிடிச்சு அடிச்சுத் தோச்சாயே... அந்தப் பையன்தான்.”

சபாவுக்கு நினைவு வந்தது. தெருவேகூடிச் செய்த அநியாயம் அது. அதற்குப் பிறகு அந்தப் பையன் ஏதாவது செய்துகொள்ளக் கூடாதே என்று சபாவும்கூட அச்சம்கொண்டிருந்தான்.

விஷயம் ஒன்றுமில்லை. காதல்தான். ராமசாமி, பஞ்சாலைத் தொழிலாளி. மேலண்டை வீட்டு சாமண்ணா ஆபீசுக்கும், அவர் மனைவி டீச்சர், பள்ளிக்கும் போயிருந்தார்கள். வள்ளி, வரச் சொல்லி இருந்தாள் போலும். இருவரும் வீட்டுக்குள் இருந்தபோது, சாமண்ணா மறந்து வைத்துப் போன ஃபைலை எடுத்துப் போக வீடு வந்திருக்கிறார்.

சாமண்ணா கடுமையாக ராமசாமியைத் தாக்கி இருக்கிறார். மட்டுமல்ல, தெருவார் துணையோடு ராமசாமியை நிர்வாணமாக்கித் தெருத் திண்ணையில் கட்டியும் வைத்திருக்கிறார். இந்த வன் கொடுமைக்கு முன் உதாரணமும் வரலாறும் அந்தச் சந்திலேயே ஏற்பட்டிருந்தது. சில வருடங்கலுக்கு முன். காதலியின் அழைப்பிள் பேரில் இரவில் வீட்டுக்குள் புகுந்த காதலன் இதேபோலத் தாக்கப்பட்டு விடிந்து பல மணி நேரம் வரை நிரவாணமாகத் தெருத் தூணில் கட்டி வைக்கப்பட்டிருந்தவனைப் போலீஸ் மீட்டது. அந்தப் பையன் தற்கொலை செய்துகொண்டான். அந்த நிகழ்ச்சி, தெருவின் மூளையில் பதிந்து இருந்தது போலும்.

நல்ல வேளை ராமசாமி, தற்கொலை செய்துகொள்ள வில்லை. குடும்பம், ஊரைவிட்டேப் போய்விட்டது என்கிறார், இவர். மரத்தில் கட்டப்பட்டுத் தலைகவிழ்ந்து குமுறி அழுதவனை பலரும் வந்து அடித்தார்கள். அடித்தவர்களில் இவரும் ஒருவர். தன் எதிரில் நின்று பேசிக்கொண்டிருக்கிறார். திடுமென, சபாவைப் பார்த்து அவர் கேட்டார்.

“ஓய்... கேக்கனும்னு இருந்தேன். உமக்கு வயசு ஐம்பதைத் தொடும்தானே.

“நாற்பதுதேழு, ஏன்”

“ஏன் இன்னும் கல்யாணம் பண்ணிக்கலை”

எரிச்சல் மண்டியது சபாவுக்கு.

“பண்ணிக்கலை, ஏன்”

“சும்மா கேட்டேன்” என்றபடிச் சாக்கடையைப் பார்த்தார். பாதிதான் சுத்தமாகி இருந்தது.

காலை பதினோரு மணி, தெருவில் விழுந்த வெயில் சோம்பல் முறித்துக்கொண்டிருந்தது. பால்கனி சுவரில் அமர்ந்து வேடிக்கை பார்த்தன காக்கைகள். தெரு. தெரு மனிதர்கள், உலகம், நீதி, நியாயம், அரசு முதலான அனைத்து நிறுவனங்களையும் அழைத்து நியாயம் கேட்டுக்கொண்டிருந்தான் சாமண்ணா. தாசில்தார் ஆபீசில் தொழில் செய்து சௌகர்யமாக ஓய்வு பெற்று பால்வியாபாரம் செய்துகொண்டிருக்கும் ஆரோக்கிய சாமிக்கு வந்த ரௌத்ரம் சொல்லும் தரமன்று. ஊரில் ஒழுக்கம் நல்லது எதுவுமே இல்லாமே போச்சா. மனுஷாள் இல்லாத வனாந்தரமா இது? பட்டப் பகலில் ஒரு நாய் வீடு புகுந்து ஒன்றும் தெரியாத பெண்ணைக் கையைப் பிடிச்சு இழுக்கறதாவது. இங்கே ஆம்பிளைகளே இல்லையா என்று கேட்டபடி, கையில் கிடைத்த கழி, கம்புகளை எடுத்து ராமசாமியை அடித்துத் துவைத்தார்.

ராமசாமி அலறிக்கொண்டிருந்தான்.

ஆரோக்கிய சாமியின் இரண்டாம் மனைவி வந்து, “போதும். பையன் செத்து வைக்கப் போறான். போலீஸ் கேசாகிடப் போகுது” என்று சொன்னதுமே, ஆரோக்கியசாமியின் தார்மிகம் சட்டேன்று வாலைக் குழைத்தது.

தேசபந்து ஏற்கனவே அங்கே பிரசன்னமாகி இருந்தார்.

“வீடு புகுந்து பெண்டு பிடிக்கிற நாய் செத்தும் போகட்டுமே” என்று ஆரோக்கியசாமியின் இரண்டாவது மனைவியைப் பார்த்துச் சொன்னார், தேசபந்து.

“நீங்கதான் சாக அடியுங்களேன். அவருதான் அதைச் செய்யணுமா?” என்று பதிலடி கொடுத்தாள் அந்தப் பெண். தன் இரண்டாம் மனைவி, மூன்றாம் மனிதனிடம் தெருவில் நின்று சண்டை பிடிப்பது ஆரோக்கியசாமிக்கு உவப்பாக இல்லை. தன், மௌருவும் குறைவுபட்டதுபோல அவர் உணர்ந்தார்.

“ஆம்பிளைங்க விவகாரம் பண்ணற இடத்துல, பொம்பிளைக்கு என்ன வேலை. நீ உள்ளே போ” என்றார் கோபத்தோடு. பிரச்சனை என்னவென்றால் ராமசாமி நிர்வாணமாக இருந்தான்.

“விவகாரமே பொம்பளைச் சமாச்சாரம்தான். நான் ஏன் பேசக்கூடாது” என்றாள் அந்தப் பெண்மணி. அதை

ஆரோக்கியசாமி போலீஸ்காரன் உருவியதுபோல அவர் சுருங்கிப் போனார். ராமசாமி நிர்வாணமாக இருந்தான்.

ராமசாமி தலைகவிழ்ந்து இருந்தான். அவன் கண்களில் இருந்து கண்ணீர் வழிந்தபடி இருந்தது.

நல்ல வேளையாக, ஆரோக்கியசாமியின் எஞ்சிய கௌரவத்தைக் காப்பாற்றுவான் வேண்டியோ என்னவோ அந்த அம்மா வீட்டுக்குத் திரும்பினாள். கூட்டத்தில் இருந்த ஒரு பெண்ணும் போய்விட்டிருந்தாள்.

இந்தச் சமயத்தில்தான் சபா திரும்பி இருந்தான். கூட்டமும், தூணோடு பிணைத்த நிர்வாணமான ஒரு இளைஞனையும் அவன் கண்டான். அதிர்ச்சியோடு கூட்டத்தினர் முகத்தை மாறிமாறிப் பார்த்தான். கூட்டம் என்பது ஏழெட்டு வயசாளிகள். யாரும் எடுத்துப் பேசத் தயங்கியபோது தேசபந்து முன் வந்தார்.

“வீட்டுல யாரும் இல்லாத நேரம். பொண்ணு தனியா இருந்திருக்கா. இந்தப் பையன் உள்ளே புகுந்துட்டான்”

“அதுக்காக நிர்வாணமாக்கிக் கட்டி வைக்கிறதா” என்றபடி தரகர் ஐயாக் கண்ணுவின் தோள் துண்டைக் கேட்டுவாங்கிப் பையன் இடுப்பில் சுருட்டிக் கட்டினான் சபா.

பெண்ணின் அம்மா சப்தம் போட்டபடி வந்து கொண்டிருந்தாள். கூடவே, சாமண்ணா இரண்டு போலீஸ் காரர்களோடு வந்து சேர்ந்தான்.

“என்ன நடந்தது” என்றார் ஒரு போலீஸ்காரர். கூட்டம் சற்று பின் நகர்ந்தது. தேசபந்துவும் ஆரோக்கிய சாமியும் கூட்டத்தின் விளிம்பில் நின்று வேடிக்கை பார்ப்பவர்களாகத் தம்மை மாற்றிக்கொண்டிருந்தார்கள். சாமண்ணா, விளக்கிச் சொல்லிக்கொண்டிருந்தார். “திருட வந்தான் சார்... அப்படியே தனியா பெண்இருக்கவும் தப்பான எண்ணம் வந்திருக்கு. அவன் காரியத்துல இறங்கறதுக்குள்ள நல்ல வேளையாக நான் வந்துட்டேன்.”

ஒரு போலீஸ்காரர் ராமசாமியைக் கட்டியிருந்த கட்டை அவிழ்த்தார். அப்படியே நாலு அறையும் விட்டார்.

“சார்... ஒரு விஷயம்” என்றான் சபா.

“என்ன?” என்றார் போலீஸ்காரர்.

“பையன் திருடவந்தவனாகத் தெரியவில்லை. வீட்டுக்குள்ள எப்போ வந்தான். எவ்வளவு நேரம் உள்ள இருந்தான். அந்தப் பொண்ணுதான் சொல்லனும்.”

“பொண்ணை எண்ணத்துக்குக் கேக்கனும்... நான் சொன்னா போதாதா” என்றார் சாமண்ணா.

“பொண்ணை அழைச்சுக்கிட்டு ஸ்டேஷனுக்கு வாங்க...” என்று சாமண்ணாவிடம் சொல்லிவிட்டு இரு போலீசும் ராமசாமியோடு, வந்த ஆட்டோவில் புறப்பட்டார்கள்.

சபாகூட ஒரு காலத்தில் காதலுக்குக் கை நீட்டவே செய்தான். பள்ளி இறுதி வகுப்பு முடித்து, வேலைக்கு முயற்சி செய்துகொண்டிருந்தான். கலைச்சுடர், அரசு செயலர் வேலை கிடைக்காது என்று அவன் அறிவான். ஏன், துணை வேந்தர் வேலைகூடக் கிடைக்காதுதான் ஆகவே தனியார் கல்வி நிலையத்தில் சின்ன வேலை கிடைத்தது. அதில் திருப்தி அடைந்து வேலையில் கவனம் செலுத்தினான். ஒரு மழை புயல் காலத்தில் பள்ளிக்குப் பணிக்கு வந்தவர்களில், நான்கு பேரில் அவன் ஒருவன். பிரின்ஸ்பல் அவனைப் பாராட்டினார். அதுபோதுமே.

அந்தப் பள்ளியில் புத்தகம், நோட்டுபுத்தகம் போன்றவைகளை நிர்வாகமே வாங்கி மாணவர்களுக்குக் கொடுத்தது. மொத்தமாக வாங்கியதில் கமிஷன் கிடைத்திருக்கும். புத்தகத் தள்ளுபடி விலையில் மாணவர்களுக்கு நிர்வாகம் கொடுக்கலாம். ஆனால் இல்லை, சமயங்களில் புத்தக விநியோகப் பிரிவில் அவன் வேலை செய்ய வேண்டி இருக்கும். அந்த வேலை அவனுக்குப் பிடித்திருந்தது. அதைவிடவும், அப்பிரிவில் பணிசெய்த ரூபாவை அவனுக்கு அதிகம் பிடித்தது. அன்பு, ஒரு ராட்சசி. அது அசுர பலம்கொண்டது. பல அசாதாரணமான காரியங்களை அது செய்யும். ரூபா செய்ய வேண்டிய பல வேலைகளைச் சபா “நான் பார்த்துக்கொள்கிறேன். நீங்கள் நேரத்தோடு வீட்டுக்குப் போங்களேன்” என்பான். ரூபா, “உங்களுக்கு எதுக்கு சிரமம்.” என்று தன் ஆள்காட்டி விரலால் மேசைமேல் கோடு கிழிப்பார்.” இதெல்லாம் ஒரு சிரமமா என்ன” என்று அந்த ராட்சசி பேசுவாள். ரூபாவுக்கு அழகிய பல்வரிசை.

ஒரு நாள் இரவு டிபனை முடித்துக்கொண்டு அறைக்குத் திரும்பிக் கொண்டிருந்தான். டிபன் என்பது மூன்று இட்லிகள். இட்லி வயிற்றைக் கெடுக்காது. அவன் அப்பா இறக்கும்

முன்புவரை அதையே சாப்பிட்டார். ஒரு இனமே இரவில் அதையே சாப்பிடுவது ஆச்சரியம் தருவது அல்ல. நாயக்கர்கள் காலத்தில்தான் இட்லி தமிழனுக்கு அறிமுகம் ஆயிற்று என்று யாரோ ஒரு வரலாற்று வல்லுநர் வரைந்திருப்பதை அவன் வாசித்து இருந்தான். ஆக அறுநூறு ஆண்டுகளாகத் தமிழன் ஏற்று உண்ணும் உணவு அதுவாக மாறி இருந்தது. தமிழன், அதன் வடிவத்தை மாற்றாமல்தான் உண்டு வாழ்ந்துகொண்டிருந்தான். வானத்தில் ஒரு இட்லிதான், என்தட்டில் மூன்று இட்லிகள் என்று ஒரு புதுக்கவிதைகூடத் தமிழில் தோன்றி இருந்தது.

அறைக்குத் திரும்பிக்கொண்டிருந்தவனை, ஆட்டோ நிறுத்தத்துக்கு அருகில், பசுக்களுக்குக் காளை போடும் மாமரத்துக்குக் கீழாக, மோட்டார் சைக்கிள் இளைஞன் ஒருவன் மடக்கினான்.

“நீதான் சபாநாயகமா” என்றான்.

“ஆமா”

“நீ இன்னா ஹீரோ மயிரா?. ரூபாவை பிராக்ட் பண்றியாமே அவ என் ஆள். இன்னியோட நிறுத்திக்கோ. இல்ல, லட்சுமி விலாசிலேந்து மூணு இட்லி தின்னுட்டு வீட்டுக்கு போகும்போது ஒரு கை இருக்காது. PTH மாதிரி இருந்துகிட்டு டாவடிக்கிறியா.” என்றபடி அவன் சபாவின் சட்டையைக் கழுத்துப் பக்கம் பிடித்து இழுத்தான். சர்வ நாடியும் ஒடுங்கிப்போய் நின்றிருந்தான் சபா. வண்டியைக் கிளப்பிக்கொண்டு அவன் போகும்போது, “உன்னை அடக்கிப் பாக்கெட்டுல வச்சுக்கடா. வெளியே விட்டே, கட் பண்ணி பிட் போட்டுடுவேன்” என்று வேறு சொல்லிவிட்டுச் சென்றான். அவன் போட்டிருந்த செயின் இன்னும் மின்னிக்கொண்டிருந்தது. படபடப்பு நீங்க, ஒரு டீக்கடையில் டீ குடித்து ஆசுவாசம் பெற்றான் சபா. PTH என்ன மொழிச் சொல். என்ன அர்த்தம். “என்னை மடக்கிப் பைக்குள் வைத்துக் கொள்வது”. கவிதைபோலவும் தோன்றியது. கட், பிட் என்ன பிராசம், என்று யோசித்தபடி அறைக்குத் திரும்பினான். இரவு அவனால் உறங்கமுடியவில்லை பயம்.

போவுக்குப் பிறகு வேறு யாரையும் அவன் அந்த அலை வரிசையில் சந்திக்கவில்லை. ஏன்? தெரியவில்லை அடுத்து வந்த பல இரவுகளில் அவன் விழித்துக்கொண்டே அமர்ந்திருந்தான். கூரையில் இருந்து நீள நீளமான பாம்புகள் தொங்கின. ஜன்னலுக்கு வெளியே ஓநாய்கள் பிளறின.

நாய்களும் பூனைகளும்தான் குட்டி போட வேண்டுமா? பள்ளிகளும் குட்டி போடவே செய்கின்றன. அவன் வேலை பார்க்கும் பள்ளிக்குக் கிளை ஒன்று தொடங்கப்பட்டு, சபாவுக்கு அந்தப் பள்ளியில் பணி ஒதுக்கப்பட்டது. பஸ் ஸ்டாண்டிலிருந்து பஸ் ஏறி பத்து மைல் பிரயாணம் செய்து ஒரு கிராமத்தில் இறங்கினால், ஒரு டீ குடிக்க வேண்டி வரும். அது முடித்து, பள்ளத்தில் இறங்கி மறைவாக நின்று சிறு நீர் கழித்து நடந்தால் பள்ளிக்கூடம் வரும். நகரத்தையும் கிராமத்தையும் இணைக்கப் பள்ளி நிர்வாகம் மூன்று பஸ்கள் ஏற்பாடு செய்திருந்தன. அரசுப் பள்ளிக்கூடம் ஈ அடித்தது. அரசின் நோக்கமும் நிறை வேறியது, ஒரு நாள் மாலை பஸ்சுக்கு அவன் நின்றபோது அவன் அருகில் சைக்கிள் ஸ்டாண்டு போட்டு நிறுத்தி ஒருவன் "வணக்கம் சார்" என்றபடி வந்து சபா முன் நின்றான்.

அவனை எங்கோ பார்த்திருந்ததாகத் தோன்றியது.

"சார் நான் ராமசாமி" என்றான். பொலபொல என்று நிகழ்ச்சிகள் நினைவில் புரண்டன.

"அடடா... நல்லா இருக்கிங்களா ராமசாமி"

"இருக்கேன் சார். அடுத்த தெருவில்தான் இருக்கேன். வாங்களேன். நீங்க என் வீட்டுக்கு வந்தா எனக்கு சந்தோஷமா இருக்கும் சார், பிளிஸ்.

ராமசாமி சைக்கிளைத் தள்ளிக்கொண்டு நடந்தான். மார்க்கெட் தெருவுக்குள் அவர்கள் நுழைந்தார்கள். பெட்டிக்கடை, பல சரக்குக் கடை, பிளாஸ்டிக் யானை, குதிரை பொம்மைகள் தொங்கும் ஷாப்புகள், தெரு ஓர ஆட்டோக்கள், தாண்டி நெருக்கமான குடியிருப்புகளை நோக்கிச் சென்றார்கள் அவர்கள்.

ஒரு மிகச்சிறிய ஹால். சாக்கு மறைப்பில் சமையல் அறை, ஒற்றை அறை, வாசலில் தண்ணீர்க் குழாய்.

"இதுதான் சார் எங்க மாளிகை"

சப்தம் கேட்டு அவன் மனைவி வெளியே வந்தாள்.

"இவுங்கதான் வள்ளி. என் மனைவி"

"இருங்க" என்றபடி ஒரு சிறிய பாத்திரத்தை எடுத்துக்கொண்டு தெருவுக்குப் போனாள் அவள்.

"நான் டீ சாப்பிட்டம்மா"

"இருக்கட்டும் சார்."

"உங்களை என்னால மறக்க முடியாது சார்... நீங்கதான் என் மானத்தை மறைச்சது"

பிரபஞ்சன் | 113

"அதெல்லாம் ஒன்றுமில்லை. ராமசாமி. நிர்வாணம்வேற, மானம் வேற, இரண்டையும் குழப்பிக்கிட்டோம்" வள்ளி, டம்பளரில் டீயை ஊற்றி இருவருக்கும் கொடுத்தாள்.

"நீயும் சாப்பிடும்மா"

வள்ளி தனக்கும் டீயை ஊற்றிக்கொண்டு வந்து தரையில் அமர்ந்தாள். அங்கு இரண்டு நாற்காலிகள்தான் இருந்தன.

"எப்படிப் பிரச்சனையை சமாளிச்சிங்க" என்றான் சபா.

"வள்ளியோட அப்பா, என்னைத் திருட்டு, கற்பழிக்க முயற்சி குற்றங்களிலே சிக்க வைக்க முயற்சி பண்ணார். வள்ளி தெளிவா, உண்மையைப் பேசி என்னைக் காப்பாற்றினாங்க."

நான்தான் இவரை வீட்டுக்கு வரச் சொன்னேன்னு போலீஸ்லயும் சொன்னேன். கோர்ட்லயும் சொன்னேன். நான் சின்னக் குழந்தை இல்லை. எனக்கு 23வயசு. அவருக்கும். தெரிஞ் சுதான் செய்தோம்னு சொன்னேன். ஆனா, போலீஸ்ல மாற்றி சொல்ல சொன்னாங்க. நீதிபதி ஐயாகிட்டயும் உண்மையைச் சொன்னேன். எனக்கென்ன சார் பயம். அவரை நான் விரும்பினேன்... பிரச்னை வரும்னு தெரியும். இவ்வளவு பெரிசா ஆகும்னு தெரியாது. என்ன, இவங்க அப்பாவை காப்பாற்ற முடியலை. ஏற்கனவே நோயாளி. அந்த சம்பவம் அவரை அதிகம் பாதிச்சுப் போச்சு. ஊரைவிட்டு இங்க வந்த சில நாள்லேயே மாமா காலமாகிட்டாங்க. அதுதான் என் வருத்தம்.

"ஆனா என் மாமனார் வீட்டையும் காலி பண்ணிட்டு சொந்த ஊருக்கே போயிட்டார்."

வள்ளி சொன்னாள்.

"நாங்க நல்லா இருக்கோம் சார். அவர் சின்னப் பெட்டிக் கடை வச்சிருக்கார். நான் பக்கத்துல இருக்கிற கம்பெனியில வேலை செய்யறேன். குழந்தையை எதிர்பார்த்துகிட்டு இருக்கோம்.

"நிம்மதியா இருக்கு" என்றாள் சபா.

"எங்களுக்கு யாரும் இல்ல சார்... என் சைடிலயும் யாரும் துணை இல்லை. வள்ளியோட பக்கத்திலயும் துணை இல்லை. நீங்கதான் எங்களுக்குத் துணை இருக்கணும்"

"நான் இருக்கேன்" என்றான் சபா.

இரவு தாமதமாக வீடு திரும்பினான் சபா. பஸ்ஸாண்டு வரைக்கும் ராமசாமியும் வள்ளியும் வந்து வழியனுப்பினார்கள். வீட்டு எதிரில் முருங்கை மரத்தின் கீழே இப்போது குடும்பம் சகிதமாக வாழ்ந்துகொண்டிருந்த நாய் இவனைப் பார்த்து தலையை உயர்த்தி பிறகு படுத்துக்கொண்டது.

இத்தனை வயதாகியும் என்னத்துக்குக் கல்யாணம் பண்ணிக் கொள்ளாமல் இருக்கிறது. உயிர் வாழ்கிறது என்கிறார் சுத்தம் செய்யப் போகிறவர். ஆமாம் ஏன் நான் கல்யாணம் செய்துகொள்ளவில்லை என்று தன்னிடம் கேட்டுக்கொண்டான். சின்ன வயசில் அம்மா தவறிப் போனார். அப்பாவால் வளர்க்கப்பட்டேன். வாட்ச் மேன் அப்பா சாராயக் கடை வாசம், சூழல் சகிக்காமல், கிடைத்த வேலையைப் பற்றிக்கொண்டு இங்கு வந்தேன்... கணக்குப் பண்ணி வாழ விதிக்கப் பட்டவன் வாழ்க்கையில்.

2017

நான் எதையும் மறப்பதே இல்லை

பெரியம்மாவுக்கு அறை தயாராகிவிட்டது. தயார் செய்தவள் பத்மபிரியாவாக்கும்! கிழக்கு பார்த்த அறை. நடை மாடத்தில் பிரம்பு நாற்காலியைப் போட்டுக்கொண்டு சூரியோதயத்தை, அஸ்தமனத் தைப் பார்க்க வேண்டும் பெரியம்மாவுக்கு. கண்ணை உறுத்தும் படியாக எதுவும் இருக்கக்கூடாது. பெரியம்மா ஒலிநாடா போட்டுக் கேட்க ஒரு குட்டி டூ இன் ஒன். எல்லாவற்றையும்விட, நடை மாடத்து நாற்காலிக்குப் பக்கத்தில் போட்டிருந்த குட்டி டீபாய் காப்பி, பத்திரிகைகள் வைக்க வசதியாக.

அம்மா எட்டிப் பார்த்தாள். முகத்தில் திருப்தி தளும்பியது.

"என்னைவிட என் அக்காவை உனக்குத் தெரிஞ் சிருக்கு" என்றாள் அம்மா, பத்மாவைப் பார்த்து. பாராட்டு, யாருக்குத்தான் பிடிக்காது. பாராட்டு என்பது உழைப்பின் சம்பளம், கௌரவம்.

பெரியம்மா இங்கு கடைசியாக வந்தது, பத்மா ஆய்வு மாணவி யாகச் சேர்ந்தபோது. மூன்றாண்டு ஆய்வை முடித்துக்கொண்டிருந்தாள் இப்போது.

"அக்கா உதவிக்கு ஆள் வச்சிருக்கிறதா பாக்யம். அத்தை போன்ல சொல்லிச்சி. இப்போல்லாம் உடம்பு முன்னைப்போல இல்லையாம். ஆனாலும் தினம் ரெண்டு மணி நேரமாவது பள்ளிக்கூடத்துக்குப் போறதை விடலையாம். பள்ளி கமிட்டியும் அக்காவை விடாது. ஆண்டு விழா, மன்றத் தொடக்க

விழா, பெற்றோர் ஆசிரியர் நட்பு விழா. அந்த கமிட்டி, இந்த கமிட்டின்னு எல்லாத்துக்கும் அக்கா வேணும். அறுபத்து ஏழு வயசுல என்னத்துக்குத் தனியா கிடந்து லோல்படனும்? வந்துடுன்னா கேட்காதே அது. பிடிவாதக்காரி."

"இல்லம்மா..." படுக்கையில் சாய்ந்துகொண்டு பத்மா சொன்னாள்.

"அர்த்தம் வேணுமில்லையா ஜீவிக்கிறதுக்கு! பெரியம்மா வுக்குப் பள்ளிக்கூடம்தான் அர்த்தம். அந்த வேரை எடுத்துட்டா. கஷ்டம்."

அம்மா கணக்குப் போட்டாள்.

மொத்தம் அம்பத்தோரு வருஷம். ஒரே பள்ளிக்கூடம். வாத்தியார், தலைமை ஆசிரியை, தலைவர், அரசாங்க விருது. அக்காகிட்ட படிச்சவன் அந்த நாட்டு மந்திரி...!

அம்மாவின் முகத்தில் கவலை நிழலாடியது. பத்மா கேட்டாள்:

"பெரியம்மாவைக் கல்யாணம் பண்ணிக்கச் சொல்லிக் கேக்கலையா நீ?"

"எங்கடி, கல்யாணம், காதல், சேர்ந்து வாழறதுன்னு நீ என்கிட்ட ரைட் ராயலா பேசறே. அந்தக் காலத்துல நாங்க நினைச்சுப் பார்க்க முடியுமா? அக்காவுக்கும் எனக்கும் பதினாலு வருஷம் இடைவெளி. அம்மா போன பிறகு, அம்மாவா இருந்து என்னை வளர்த்து, படிக்க வச்சுக் கல்யாணம் பண்ணிக் கொடுத்ததே அக்காதான். நீ பொறந்த பிறகுதான் அக்காகிட்ட இதைப் பத்திக் கேக்கிற தைரியமே எனக்கு வந்துச்சு. கேட்டப்போ, மேல உத்தரத்தைப் பார்த்துக்கிட்டே இருந்துச்சு. அப்புறம் சிரிச்சுச்சு. "என்னமோ தோணலைடி. வீட்டுக்கு வந்தா நீ; பள்ளிக்கூடம் போனா வகுப்புக்கு இருபது முப்பது குழந்தைகள். என்னமோ, கல்யாணம் ஆகி நூறு வருஷம் குடும்பம் நடத்திப் பிள்ளை குட்டிகளைப் பெத்த மாதிரி இருக்கு. தலைமட்டுமா நரைக்குது; மனசும்தானே! வேணாம்னு விட்டுட்டன்னுடுச்சு."

எழுந்து உட்கார்ந்துகொண்ட பத்மா சொன்னாள்.

"நான் பத்மப்பிரியா. புலனாய்வுப் பத்திரிகை உலகத் தந்தை. சீ... தாய் நான். பெரியம்மா என்கிற வனமல்லி அம்மாவின்

காதல் ரகசியத்தைக் கண்டுபிடித்துக் கட்டுரை வடிவிலோ, கதை வடிவிலோ உலகத்துக்குத் தரப்போகிறேன்."

"ஏதாவது தத்துப்பித்துன்னு எழுதி பெரியவங்க மனசைப் புண்படுத்திடாதேடி."

"பயப்படாதே. பெரியம்மா கதையை அவங்களே வாசிக்கிறபோது அவங்க முகத்தைப் பார்க்கணும். அது ஒரு அனுபவம்."

வனமல்லி அம்மாள் பறந்து வந்து சேர்ந்தாள், வழக்கம்போல நாலு புடவை மற்றும் நித்திய அவசியப் பொருள்களோடு. ஒரு பெட்டி. பாஸ்போர்ட் சமாச்சாரங்களுக்காக ஒரு கைப்பை.

"சுமை இவ்வளவுதானா?" என்றாள் பத்மா.

"இந்தச் சுமையே அதிகம்" என்றாள் பெரியம்மா. இரவு சாப்பிட்டுவிட்டு, மாடி மாடத்தில் வந்து அமர்ந்தவளிடம்,

"பெரியம்மா... ஒரு காரியம் பண்ணணும்" என்றாள் பத்மா.

"என்னடா"

"ஒரு கதை. அதை வாசிக்கணும் நீங்க."

"நீ எழுதியிருக்கியா? கொடு படிக்கிறேன். யாரோட கதை?"

"என் கதை. உங்களோட கதை. பலபேருடைய கதை."

காகிதத்தை எடுத்துக் கொடுத்தாள். பெரியம்மா கண்ணாடியை எடுத்து அணிந்துகொண்டு வாசிக்கலானாள்.

தெய்வநாயகம் அறைக்குத் திரும்பும்போது இருட்டிவிட்டது. காலைமுழுக்கப் பெரும் அலைச்சல். வரவேற்புகள், பாராட்டு விழாக்கள், சந்திப்புகள். தாம் இருந்து பணியாற்றிய இடங்களைப் பார்க்க ஆசைப்பட்டார். அவர் ஆசை நிறைவேற்றப்பட்டது. அலுத்துப்போய் அறைக்குத் திரும்பி இருந்தார். குளித்து ஆடை மாற்றிக்கொண்டு உறவினர்கள் தரும் விருந்துக்குப் புறப்பட வேண்டும். அழைப்பு மணி ஒலித்தது. தொடர்ந்து தலையை நீட்டினான் அறைப் பையன்.

"யாரோ ஒரு அம்மா உங்களைப் பார்க்கணும்னு வந்திருக்காங்க சார்."

"வரச் சொல். இரண்டு காப்பிகொண்டு வரச் சொல்லு."

ஒரு மத்திய வயது அறைக்குள் நுழைந்தாள். வணக்கம் தெரிவித்துக்கொண்டாள். சோபாவைக் காட்டி அமரச் சொன்னார். அந்த அம்மாவே பேசத் தொடங்கினாள்.

“என் பெயர் வனமல்லி சார். என் அப்பாவுக்கு உங்களைத் தெரியும். நண்பர்னு சொன்னார்.”

தெய்வநாயகம் நிமிர்ந்து உட்கார்ந்துகொண்டார். அவர் முகத்தில் புன்னகை விளங்கியது.

“அதுதான் விஷயம். அதுக்குத்தானம்மா இந்தத் தேசத்துக்கே வந்திருக்கேன். நான் பிறந்து விழுந்தது இந்த மண்மேலதான். என் இளமைப் பருவம், என் பள்ளிப் படிப்பு, அரசியல் எல்லாமே இங்கதானே. மறக்க முடியுமா? நான் எதையுமே மறக்கறதில்லையம்மா.”

“தேயிலைத் தோட்டக் குடியிருப்பிலேதானே ஐயா குடி இருந்தீங்க?”

“ரொம்ப சரி. அங்கதானே என் தாத்தா, அப்பா, அம்மா எல்லாம் கிடந்து உழன்றாங்க. நாங்க வெள்ளைக்காரன் காலத்தில் இங்க வந்த முதல் தலைமுறை அடிமைங்கம்மா. என்னோட மாமரத்துல கல் எறிஞ்சி மாங்காய் தின்னவன், இன்றைய தேதியில அயலகத்தார் அனுமதி இலாகாவில் பெரிய அதிகாரி. மத்தியானம் அவனோடதான் எனக்குப் பகல் விருந்து. மறந்துட முடியுமா? மனுஷர்களை மறக்க முடியலேம்மா.”

காப்பி வந்தது. வனமல்லியை அருந்தச் சொல்லி உபசரித்தார் அவர்.

“இன்னிக்கு வானொலியில் கேட்டேன். மத்திய சிறைச் சாலைக்குப் போய் நீங்க இருந்த அறையைப் பார்த்தீங்களாமே.”

அவருடைய முகம் பரவசத்தில் மின்னியது. காப்பியை ஒரே மடக்கில் குடித்துமுடித்தார். நிமிர்ந்து உட்கார்ந்தார்.

“அதுதானே விஷயம்மா... உங்களுக்கு எல்லாமே தெரிஞ்சிருக்கே. பாரிஸ்டர் காந்தி அப்போதெல்லாம் அவருக்கு அதுதான் பேர் ஏற்பாடு பண்ணின முதல் தர்ணாவில வேடிக்கை பார்க்கப் போனேன். என்னையும் அடிச்சு ராணுவ வண்டியிலே தூக்கிப் போட்டுப் போனான் ஆர்மிக்காரன். சின்னப் பையன்ட்டு முதுகில நாலு பெரம்படி போட்டு அனுப்பிச்சான் போலீசுக்காரன். இப்போ வும் என் முதுகில அந்தத் தழும்பைக் காண முடியும்.”

அவர் கண்கள் இப்போது உள்ளுக்குள் அவரைத் தேடித் துழாவிக்கொண்டிருந்தன. "காந்தி இந்தியாவுக்குப் போன பிறகும், போராட்டம் தொடர்ந்துச்சு. இங்கிலாந்துக்காரனும் ஃபிரஞ்சுக் காரனும் எங்கே போனாலும் மக்களைப் போராட வச்சுடுவானுங்களே. பல தடவை அரசு விருந்தாளியா அந்தச் சிறைக்குப் போக நேர்ந்துச்சு."

அவர் இன்னும் சிறைக் கம்பிகளுக்குள் தன்னை இருத்திக்கொண்டிருந்தார்.

"அப்புறம் தமிழ்நாட்டுக்குப் போனீங்க இல்லையா, ஐயா?"

"ரொம்பச் சரி. என் வாழ்க்கையே உங்களுக்குத் தெரிஞ்சிருக் கேம்மா. என் தாய்மாமன் அழைப்பை ஏத்து அங்கே போனேன். சொத்து விவகாரம். பஞ்சாயத்து. உடனே திரும்பணும்னுதான் திட்டம். ஆனால், அங்கே நடந்த இயக்கங்கள்லே பங்கெடுக்க வேண்டியதாயிடுச்சு. ம். என்ன பண்ண? மாமா பாரிச வாயுல காலமானார். அத்தை பிளேக்ல. ராதாவைக் கல்யாணம் பண்ணும்படி ஆச்சு." எதிரில் எதிரில் அவர்கள் இருந்தார்கள். மிகத் தொலைவிலும் இருந்தார்கள்.

"ஐயா"

"என்னம்மா?"

"காத்தவராயன் நினைவு இருக்கா? உங்க சங்கச் செயலாளர்."

அவர் முகத்தில் விளக்கெரிந்தது.

"நினைவு இருக்காவா? அவனை மறக்க முடியுமா? நான் எதையுமே மறக்கிறதில்லையம்மா."

வனமல்லி கைக்குட்டையால் முகத்தை அழுந்தத் துடைத்துக்கொண்டாள். அவளுக்கு நிறைய சொல்ல வேணும் என்று இருந்தது. அவள் பள்ளிப் படிப்பை, பள்ளியிலேயே முதலாகத் தேறியதைச் சொல்ல நினைத்தாள். அம்மா இல்லாத இடத்தைத் தானே எடுத்துக்கொண்டு, அப்பாவின் ஆசையை நிறைவேற்றும் பொருட்டு வேலையை ஏற்றுக்கொண்டதைச் சொல்ல நினைத்தாள். ஒரு நாள் மாலை, தெய்வநாயகம் அவர் அம்மாவோடு இனிப்பும் பூவும் வாங்கி வந்து பேசியதைச் சொல்ல நினைத்தாள். வீட்டுக்கு வெளியே மஞ்சள் பூ பூத்துச் சொரிந்ததை அவர் பாராட்டியதைச் சொல்லவும் நினைத் தாள். அவர் அம்மா, உரிமையோடு அடுக்களையில் தான் காப்பி போட்டு வருவதாகச் சொல்லிச் சென்றதை, அந்தச்

சில நிமிடங்கள் வாசலில் பன்னீர்ப்பூ மரத்தின் கீழ் அவர்கள் நின்றதை, எங்கிருந்தோ ஓர் ஒற்றைக் குயில் கூவியதைக் கேட்டு அவள் சிலிர்த்துப் போய் நின்றது பற்றி அவரிடம் சொல்ல நினைத்தாள். "தோழருடன் வந்தபோது எல்லாம் எனக்கு அந்த வேலையாகப் பள்ளிக்கு வந்தேன். அப்போது நீங்கள் வகுப்பில் பாடம் நடத்திக்கொண்டிருந்தீர்கள். ஏகாக்கிர சிந்தனையோடு, உலகையே மறந்து, குண்டு போட்டால்கூடத் திரும்பிப் பார்க்க மாட்டீர்கள் எனும்படியாகப் பணியில் அந்தச் சிரத்தை, ஏகாக்கிர சிந்தனை என்னைத் திகைக்க வைத்துவிட்டது. அந்தக் கணத்தில் உங்கள் மேல்... பிரியம்... ஒரு ஈடுபாடு விழுந்து விட்டது. அதை உங்களிடம் சொல்ல வேண்டும் என்று நினைத்தேன். அதற்கான தைரியம் இல்லை. அம்மாவோடு வந்து பேசுவது கௌரவம் என்று நினைத்தேன். நீங்கள் சம்மதித்தால், ஒரு சின்ன வேலை தமிழ்நாட்டில் இருக்கிறது; அதை முடித்துவிட்டு வந்து வரும் தையிலேயே கல்யாணத்தை வைத்துக்கொள்ளலாம். நான் பேச்சு மாறமாட்டேன். எல்லாம் உங்கள் விருப்பத்தைப் பொறுத்து" என்று அவர் சொன்னதைச் சொல்லலாமா என்று நினைத்தாள்.

அம்மாவும் பிள்ளையும் புறப்படும்போது, தையில் கல்யாணம் நிச்சயம் என்றுவிட்டுச் சென்றதைச் சொல்ல வேண்டும் என்று நினைத்தாள். அதன் பிறகு, ஐநூறு கதைகள் வந்து சென்றதையும் சொல்ல வேண்டும்போல இருந்தது.

வனமல்லி எழுந்தாள்.

"புறப்பட்டுவிட்டீர்களா? சரி. நேரம் கடந்துவிட்டது. என் மனசில் இருந்த என் ஜென்ம பூமியைப் பார்த்துவிட்ட மகிழ்ச்சியில் இருக்கிறேன். என் மனசில் வைத்திருந்த பல புதையல்களைத் தோண்டிவிட்டீர்கள். மறந்துவிட்டேனே. உங்கள் பேர் என்ன, தெரிந்துகொள்ளலாமா?"

அவள் சிரித்தாள். கைகூப்பி வணங்கிவிட்டு வெளியேறினாள்.

வனமல்லி பெரியம்மா கதையைப் படிப்பதையே பார்த்துக்கொண்டிருந்தாள் பத்மப்ரியா. வனமல்லியின் முகம் மலர்ந்ததை, சுருங்கியதை, வெளுத்ததை, கண்ணீர் பொங்கி வழிந்ததை, கைக்குட்டையால் அடிக்கடி முகத்தைத் துடைத்ததை அவள் கவனித்தாள்.

பெரியம்மா படித்து முடித்து, கதையை பத்மப்ரியாவிடம் தந்தாள். நெடுநேரம் அமைதியாக இருந்தாள். எழுந்து மாடத்தில் வந்து நின்றாள்.

"பெரியம்மா."

"என்னடா?"

"உங்களை அவர் கடைசி வரைக்கும் புரிஞ்சிக்கவே இல்லையா?"

இல்லை என்பதாகத் தலையசைத்தாள். குமுறி அழுதாள் வனமல்லி.

"இப்படி ஒரு மனுஷருக்காக உங்க வாழ்க்கையை எதிர்பார்ப்பிலேயே வீணாக்கிவிட்டீங்களே பெரியம்மா."

"அப்பா இல்லைடா. தப்பு என் மேல இல்லை. அவர் மேல்தான். அவர் சரியாக இல்லை. அதுக்காக நான் சரியா இருந்தது எப்படித் தப்பாகும்? வார்த்தை பெரிசு இல்லையா?"

பத்மப்ரியா பெரியம்மாவின் அருகில்வந்து அணைத்துக் கொண்டாள்.

"பெரியம்மா."

"என்னடா?"

"வருத்தப்படறீங்களா?"

"இப்ப இல்லடா."

2014

நான் நிறைவோடு இருக்கிறேன்

மூர்த்தியின் பார்வையில் அவள் தட்டுப்பட்டாள். அந்தியூருக்குப் போக எனத் தன் மகனுடன் ரயிலடியில், ரயில் வருகைக்காக அவன் நின்றிருந்தான். அவன் பார்வை அந்த பிரமாண்ட அரச மரத்தில் லயித்திருந்தது. அதன் கைகள் வானத்துக்கு வர்ணம் பூசிக்கொண்டிருந்தன. கிளையில் ஒற்றை மயில் உட்கார்ந்து எதையோ உற்றுப்பார்த்துக்கொண்டிருந்தது. இந்த ஊரில் மயில்கள் அதிகம்தான். மயில்களுக்கு விஷம் வைத்துக் கொல்பவர்களும் அதிகமாகிக்கொண்டிருந்தார்கள். மயிலைப் பார்த்துக்கொண்டிருந்த அவன் பார்வை தாழும்போதுதான், அவள் அவன் கண்களில் பட்டாள். பக்கவாட்டில் அரை முகம் மாத்திரம் தெரிய, ரயில்வரும் திசையைப் பார்த்தபடியிருந்தாள். அவள் பக்கத்தில் ஓர் இளம் பெண். அவள்தானா அது? அவள் தன் பக்கம் திரும்புவாள் என்று எதிர்பார்த்து அவன் காத்திருந்தான். அவள் திரும்பினாள். இவன் முகத்தில் நிலைத்தது அவள் பார்வை. புருவம் சுருங்கியது. அவள் முகம் தெளிந்தது. லேசாகப் புன்னகைத்தாள் சுமதி.

மூர்த்தியை ஓர் அதிர்வலை ஊடுருவியது. சுமதி இப்போது அவளைப் போலிருந்த அந்த இளம்பெண்ணுடன் அவனை நோக்கி வந்தாள். அவன் அருகில் வந்து நின்று. “நல்லா இருக்கீங்களா?” என்றாள். இருப்பதாகத் தலை அசைத்தாமன் அவன்.

“இவ என் பொண்ணு. அந்தியூர் காலேஜ்ல சேரப் போறா. கம்ப்யூட்டர் சயின்ஸ்.”

"ஒ.! இது என் பையன். இவனும் அதே காலேஜ்ல சேரப் போறான். இவனும் அதே கோர்ஸ்தான்."

"அப்படியா, குட்!" என்றாள் சுமதி. தன் மகளிடம், "உனக்குச் சொல்லி இருக்கேன்ல, நான் அந்தியூர்ல கொஞ்ச காலம் வேலை பார்த்தேன்னு. அப்போ இவர் பழக்கம். இவரோட நெருங்கின நண்பர் கோப்பி என் ஆபீஸில் வேலை பார்த்தார். கோப்பியைப் பார்க்க இவர் என் ஆபீஸுக்கு வருவார். அப்போ அறிமுகம்."

சாமர்த்தியமான, பாதுகாப்பான பொய். சுமதியின் அலுவலகத்தில் மூர்த்தி பணியாற்றியதில்லை. அவள் அலுவலகத்தில் அவனுக்கு நண்பனும் இல்லை. இப்போது மூர்த்தியின் முறை.

"தம்பி, என் ஆபீஸ்ல ரீட்டான்னு ஒருத்தங்க வொர்க் பண்ணாங்க. அவங்களைப் பார்க்க இவங்க வருவாங்க. அப்போ பழக்கம்!"

பெண்ணும் பையனும் தலையசைத்துக்கொண்டார்கள். "ஹலோ" சொல்லிக்கொண்டார்கள்.

வண்டி புறப்படும்போது, நேர் எதிரில் அமர்ந்திருந்த சுமதி, ஜன்னல் வழியாகக் குனிந்து அந்த மரத்தைப் பார்த்தாள். பிறகு சில நிமிஷங்கள் அமைதியாக இருந்தாள். பின்பு, மூர்த்தியிடம் சொன்னாள். "ரீட்டா அடிக்கடி சொல்வா, இந்த அரச மரம் பேய்த்தனமா வளர்ந்துடுச்சுன்னு. முன்னே சோப்புப் பெட்டி மாதிரி கச்சிதமா இருந்தது. இப்போ பெரிய ஸூட்கேஸ் மாதிரி ஆகிடுச்சி. ரீட்டாவும் கோப்பியும் இங்கேதான் முதல்ல சந்திச்சதா சொல்வாள். இந்த மரத்தடியில்தான்."

மூர்த்தி, சுமதியை முதன்முதலாக இங்குதான் சந்தித்தான். இளம் நீல வண்ணச் சேலை. இடைதாண்டியும் பரவிய கூந்தல் நனைத்த முதுகுடன், அலுங்காமல் எழுதிய சித்திரம்போல அவள், கையில் பையுடன் ரயிலை எதிர்பார்த்து நின்றிருந்தாள். வண்டி வந்து நின்றவுடன் இடித்துப் பிடித்து ஏறாமல் கடைசியாக, நிதான மாக ஏறி, கிடைத்த இடத்தில் உட்கார்ந்த கம்பீரம் அவனுக்குப் பிடித்திருந்தது.

அன்றும் அவள் நீலத்தில்தான் இருந்தாள். ஆனால், இது வேறு நீலம். வாரத்தில் மூன்று நாட்கள் புடவையும், மூன்று நாட்கள் சுடிதாரும். ஆனால், எல்லாம் ஏதோ ஒரு வகையில் நீல மாக இருந்தன. ஒரு கணக்கு அவனுக்குப் பிடிபட்டது; ஒரே

புடவையை மறுதரம் கடந்த இருபது நாட்களில் கட்டவில்லை என்பது.

"உங்கள் நண்பர் கோப்பி எப்படி இருக்கிறார்? அலுவலகம் மாறுதல் வந்த பிறகு, அவரை நான் சந்திக்கவில்லை. அவரிடம் இருந்து எந்தத் தகவலும் இல்லை. எப்படி இந்த விதம் இருக்க முடிகிறது மனிதர்களால்?"

கோப்பி என்று தன்னைத்தான் அவள் சொல்கிறாள் என்பதை மூர்த்தி அறிவான்தான். அவன் மௌனத்துடன் ஜன்னல் வழி வெளியே பார்த்தான். எங்கு நோக்கினும் பூமி வறண்டு இருந்தது. பசும்புல் அரிதாகிக்கொண்டிருந்த வாழ்க்கை. அவன் சொன்னான்.

"அவன் எத்தனையோ சங்கடத்தில் இருந்திருக்கலாம். சில பேர் மனித உருவில் பிறந்தாலும் கால் பந்தாகவே வாழ நேர்கிறது. யார் யார் காலிலோ உதைபட்டு, உருண்டு புரண்டு வாழும் வாழ்க்கை. கோப்பியும் அப்படி இருந்திருக்கலாம். ரீட்டா எப்படி இருக்காங்க?"

சுமதி தன் பெண்ணைப் பார்த்தாள். அவள் ஏதோ தடிமனான புத்தகத்தில் ஆழ்ந்திருந்தாள். பையன் வேடிக்கை பார்த்துக்கொண்டிருந்தான்.

"இருக்கா, சந்தோஷமா இருக்காளா, துக்கமா இருக்காளான்னு அவளுக்கே தெரியலை. வேலை, வீட்டு வேலை, சமையல், குழந்தை, பஸ் பயணம். உட்கார்ந்து யோசிக்க நேரம் இல்லையாம்."

தன்னைப் பற்றிச் சொல்லி முடித்த சுமதி கேட்டாள். "கோப்பிக்கு எத்தனை குழந்தைகளாம்?"

"ஒன்று. இவன்போல!"

பையன் திரும்பி இவர்களைப் பார்த்துவிட்டு, மீண்டும் வேடிக்கையில் ஆழ்ந்தான்.

"ரீட்டாவுக்கு?"

"ஒன்று. இவளைப்போல!"

மூர்த்தி ஒருநாள் மாலை சுமதியைப் பின்தொடர்ந்து, அவள் இருப்பிடத்தைக் கண்டுபிடித்தான்.

நிறைய தெருக்களைக் கடந்து அவள் சென்றாள். ஏதோ ஒரு கடையில் பால் பாக்கெட் வாங்கி பையில் வைத்துக்கொண்டு, வெளிப்பட்டு நடந்தாள். வரிசையாக எருமைகள் கட்டியிருந்த தெரு வைக் கடந்தாள். பாதித் தெருவை எருமைகள் நிறைத்திருந்தன. சில நின்றும் சில படுத்தும் கிடந்தன. எருமைகள் இவனையோ அவளையோபார்க்கவில்லை. குடிசைப் பகுதியில் நின்று, அடுக்கு மாடிக் குடியிருப்புகளின் அகலமான வாயிலுக்குள் புகுந்து மறைந்து போனாள். தரைப் பகுதியுடன் மூன்று மாடிகளைக்கொண்டது அந்தக் குடியிருப்பு. வண்ணம் அடித்துப் பல்லாண்டுகள் ஆகிப் பழசாகிப்போன வீடுகள். பெரும்பாலான வீடுகளின் கம்பி அழிக்குப் பின்னால் துணிகள் காய்ந்தன.

தவறாமல் டீக்கடையும் எதிரில் இருந்தது. டீக்குச் சொல்லி விட்டு, ஒரு சிகரெட்டை வாங்கிப் பற்ற வைத்துக்கொண்டு, எதிர்க் குடியிருப்புகளையே கவனித்துக்கொண்டு இருந்தான். அவள் தலை தட்டுப்பட்டுவிடும் என்று நம்பினான். டீ குடித்து, மீண்டுமொரு சிகரெட்டைப் பற்ற வைத்துக்கொண்டு, அதுவும் முடிந்தும் அவள் தலை தட்டுப்படவில்லை.

மறுநாள், அதே டீக்கடைக்குச் சரியாக ஏழு மணிக்கு வந்து சேர்ந்தான். இதற்காகக் காலை ஐந்து மணிக்கு எழுந்தான். இரவு பத்துக்கும் காலை ஐந்துக்கும் இடையே நான்கு தடவை திடுக்கிட்டு எழுந்து மணியைப் பார்த்துவிட்டு, மீண்டும் படுத்துக்கொண்டான். ஏழு மணிக்கு டீக்கடையில் வந்து அமர்ந்தான். ரயில் நேரம் எட்டு பத்தாக இருந்ததால், எப்படியும் ஏழு முப்பதுக்கும் நாற்பதுக்கும் இடைப்பட்ட நேரத்தில் அவள் புறப்படக் கூடும். அவன் இரண்டு டீக்களும் நாலு சிகரெட்டும் முடித்த பிறகு அவள் வெளிப்பட்டாள்.

அன்றும் ஒரு நீல ஆடையில்தான் இருந்தாள். ஆறரை மணி யைக் காட்டும் கடிகார முட்கள்போல நேராக, தடுமாற்றம் பதற்றம் எதுவும் இன்றி அவள் நடந்தாள். ரயிலுக்குப்போதுமான நேரம் இருந்தது என்பது அவள் நடையில் தெரிந்தது. இட, வலது பக்கம் திரும்பி வேடிக்கை பார்த்தலோ, குனிந்து தரையைப் பார்த்தலோ இன்றி, தோளில் மாட்டிய பையோடு அவள் நடந்தாள். இடையில் ஓரிடத்தில் நின்று, சிவப்பு பெயின்ட் அடித்த தபால் பெட்டியில் கடிதம் போட்டாள். மீண்டும் அதே ஆறரை முட்கள் மாதிரி.

சுமதி கேட்டாள். "கோப்பிக்கு என்னவோ உடம்புக்குப் பெரிசா பிரச்சனை வந்ததாமே? அங்கிருந்து வந்தவர்கள் சொன்னார்கள். என்ன அது?"

"பாரிச வாயு என்பார்களே, அது. பாதி உடம்பு செயலற்றுப் போயிற்று. படுக்கையிலே இரண்டு வருஷங்கள் இருந்தான். எழுந்து நடமாடும்போது, இடது கை விளங்காமல் போயிற்று. ஆனால், பிழைத்தது அதிசயம் என்றார்கள் டாக்டர்கள். தாய், தந்தை அறியாத அனாதை இல்லத்தில் வளர்ந்தவன்தானே அவன்? ஆனால், மனிதர்கள், முக அறியாத மனிதர்கள் யார் யாரோ வந்து அவன் தலையணைக்குக் கீழே பணம் வைத்துப்போனதும், அவன் விரைவில் குணமாகவேண்டும் என்று நினைத்ததும்தான் அவன் பிழைத்து மனிதனாக வாழ்வதற்கான காரணம். பலமுறை தட்டுத் தடுமாறி அந்த மருத்துவமனையின் ஏழாவது மாடி உச்சிக்கு அவன் போனானாம்..."

"எதற்கு?"

"தற்கொலை செய்துகொள்ளத்தான். ஆனால், முடியாமல் திரும்பியிருக்கிறான்."

மூர்த்தியின் கண்கள் கலங்கி இருந்தன. அவள் கண்களும்.

"ரீட்டாவுக்கு இது தெரியாது."

"தெரிந்தாலும் என்ன செய்ய முடியும்? அவரவர் சிலுவையை அவரவர்தான் சுமக்க வேண்டும். ஒரு கை இடது கை செயலற்றதுதான் மிச்சம்."

அவன் தொடர்ந்தான். "மனிதர்கள் இருக்கிறார்கள். அதே கம்பெனி அவனை மீண்டும் வேலைக்கு எடுத்துக்கொண்டது."

சுமதி சொன்னாள். "எல்லோர்க்கும் ஒரு சிலுவை இருக்கிறது சுமக்க!"

ஒரு ஞாயிற்றுக்கிழமை, அவன் அந்த டீக்கடைக்கு வந்தான். அந்தத் தெரு நாய்கள் அவனுடன் பழகிவிட்டிருந்தன. தொடக்க காலத்தில் அவனைக் கண்டு குலைக்கத்தான் செய்தன. பேட்டை விட்டுப் பேட்டை வந்து என்னடா காதல் என்பதாக அவை நினைத்தன. நாளடைவில் அவனை மன்னித்துவிட்டன. அதிசயம்போல அவன் டீக்கடைக்கு வந்த சிறிது நேரத்தில்

சுமதி வெளிப் பட்டு, தெருவில் இறங்கி நடந்தாள். அவசரம் அவசரமாகச் சில் லறையைக்கூட வாங்காமல் அவனும் தொடர்ந்தான். ரயிலடியை ஒட்டிய காப்பி ஷாப் வரை போய் நின்றவள், திரும்பி இவனைப் பார்த்தாள். தலையசைத்து காப்பி ஷாப்பில் நுழைந்தாள். விதிர் விதிர்த்துப் போனான் மூர்த்தி. குப்பென்று வியர்த்தது. தப்பிக்க முடியாமல் அவளைத் தொடர்ந்து சென்று, அவள் முன் ஒரு நாற் காலியில் அமர்ந்தான்.

"நிறைய டீ சாப்பிடாதீங்க சார்! உடம்புக்கு அது நல்ல தில்லை."

என்ன பாவத்தை வெளிப்படுத்த வேண்டும் என்று தெரியாமல் விழித்தான் அவன்.

"என்னோடு சினேகமாக விரும்பறிங்களா?"

"ஆமாம்."

காப்பி சொன்னாள்.

"சினேகமாக இருக்கலாமே! அது தப்பில்லை."

அவன் மேசை மேல் வரைந்திருந்த பூச்செடியைப் பார்த்துக்கொண்டு இருந்தான். அவளும் அதைப் பார்த்தாள்.

"எனக்கு நண்பர்கள் பிடிக்கும். சினேகம் பிடிக்கும். ஆனால், சினேகத்தை வேறொன்றின் முன் நடவடிக்கையாக எடுத்துக்கொள் வது எனக்குப் பிடிக்காது. எல்லாமே இயல்பாக இருக்க வேண்டும்."

"சரி"

"இன்னும் இயல்பு நிலைக்கு நீங்கள் திரும்பவில்லை. பரவாயில்லை. டீக்கடைக்காரர் முதல் ஆட்டோக்காரர்கள் வரை, எங்கள் குடியிருப்பில் உள்ள சில பேர்களுக்குக்கூட நீங்கள் எதற்காக எங்கள் தெருவுக்கு வருகிறீர்கள் என்று தெரியும். என்னையும் அவர்களுக்குத் தெரியும். இது உங்களுக்குக் கௌரவம் இல்லை சார். உங்கள் பேர் என்ன?"

"மூர்த்தி."

"பாருங்கள் மிஸ்டர் மூர்த்தி, உங்க பேர்கூட இப்போதான் தெரியுது. அப்புறம் எப்படி உங்கள் பக்கம் என் கவனம் திரும்பும். ஏன் திரும்பணும்?"

லேசான அவமானத்துடன் மூர்த்தி திரும்பினான். மறுநாள் சுமதியே அதைத் துடைத்தாள். "ஹலோ" என்று அவனைப் பார்த்துப் புன்னகைத்தாள். எதிர் எதிரே அமர்ந்து அவர்கள் பயணம் செய்தார்கள்.

ஏதோ ஒரு ஸ்டேஷனில் வண்டி நின்றபோது, மூர்த்தி இறங்கிச் சென்று அந்த ஸ்டேஷனில் பிரபலமான முறுக்கும் குடிநீரும் வாங்கி வந்தான். பையனும் பெண்ணும் இறங்கி நடைபாதையில் நின்று பேசிக்கொண்டிருந்தார்கள். "இந்த முறுக்கு ரொம்ப நல்லா இருக்கும். சாப்பிடு சுமதி!"

"தெரியுமா? இதை ரெண்டாம் முறையாகச் சாப்பிடறேன். நீதான் வாங்கிக் கொடுத்தே. தேவகிரிக்குப் போனோமே, மறந்துட்டியா? இந்த ஸ்டேஷனைக் கடந்துதான் போனோம்."

"ஆமாமாம். ஸாரி, நான் மறந்துட்டேன்" என்ற சுமதி, "கை பயன்படவில்லையா?" என்றாள் கவலையுடன்.

"பயன்படும் என்கிற நம்பிக்கை எனக்கு இருக்கு. ஏன் நீலம் இப்போ இல்லை?"

அவள் ஆடையைத் தடவிக்கொண்டு சொன்னாள். "எல்லா நிறமும் வெளுத்துக்கொண்டிருப்பதாகத் தோன்றியது!"

இருவருக்கிடையிலும் பெரும் மௌனம், பெரும் சப்தத்துடன் பேசிக்கொண்டிருந்தது.

ஏதோ ஒரு பதவிக்கான தேர்வுக்கு அவள் தேவகிரிக்குப் போக வேண்டியிருந்தது.

"நவம்பர் குளிரில் தேவகிரிக்கா? ஊட்டியைவிடவும் அதிகம் குளிருமே...?"

"பகலில் சேர்ந்து, இரவுக்கு முன்னால் புறப்பட்டுவிடணும். லாட்ஜ் சரிப்படாது. காலையில் குளிக்க ஏற்பாடு பண்ணணும். எனக்கு அங்கே யாரையும் தெரியாது."

மூர்த்தி பணியாற்றும் நிறுவனத்துக்கு அங்கே ஒரு தங்கும் விடுதி இருந்தது. அங்கே தங்கினார்கள்.

தயக்கத்துடன்தான் அவன் கேட்டான். "நான் துணைக்கு வரலாமா?"

அவள் சில கணங்களுக்குப் பிறகு சொன்னாள். "உன்னைத் துணைகொண்டுதானே என் பயணம் நடக்க வேண்டும்?"

உரிய மரியாதையோடு அந்தச் சொற்களை அவன் ஏற்றுக்கொண்டான்.

உடம்பின் எலும்புக்குள் ஊடுருவியது குளிர். விடுதிக்கு வந்து சேர்ந்ததும், எங்கோ சென்று அவளுக்குக் காப்பி வாங்கி வந்தான். குளித்துத் தேர்வுக்குத் தயார் ஆகச் சொன்னான். தேர்வு அரங்குக்கு உடன் சென்று வெளியே காத்திருந்தான். தேர்வு முடிந்ததும் அவ ளோடு சென்று உணவருந்தினான்.

ஓய்வு எடுத்து, அவள் நான்கு மணிக்கு எழுந்தபோது, டீயோடு அவள் முன் நின்றான். இருவரும் விடுதி மேனேஜர் கொடுத்த கூடுதல் கம்பளிப் போர்வையுடன் காலாற நடந்தார்கள். ஏழு மணிக்கு இரவு உணவை முடித்துப் புறப்பட்டார்கள். காலை மலர்ந்தபோது, ஊர் வந்து சேர்ந்தார்கள். ஸ்டேஷனுக்கு எதிரில் இருந்த காப்பி ஹோட்டலுக்குச் சென்றார்கள்.

"இந்த அதிகாலைப் பொழுதில், ஓட்டலில் நாம் இருவர் மட்டுமே அமர்ந்து, முதல் கப் காப்பியை அருந்துகிறோம்?" என்றாள் சுமதி.

"ஆம்" என்பதாகத் தலை அசைத்தான் மூர்த்தி.

அவள் சொன்னாள். "இடமும் நிழலும் மட்டும் ஒன்றை நிறைவேற்றிக்கொள்ளப்போதுமானது இல்லை, மூர்த்தி. காலம் முழுக்க மனசில், எப்போது நினைத்தாலும் இனிப்பைப் படரவிடுகிற மாதிரி, முதல் சந்திப்பு இருக்கவேண்டும். எனக்காகத் தோன்றவேண்டும். எதுவும், தனிமைச் சூழல் காரணமாக நாம் நம்மைப் பயன்படுத்திக் கொள்ளக்கூடாது."

"புரிகிறது சுமதி! நாம் பலவீனர்கள் இல்லை என்பதை நாம் புரிந்துகொண்டோம். இது ஒரு நல்ல வாய்ப்பு."

"குட்" என்றாள் சுமதி.

மிக நீளமாக இருந்தது வரிசை. பையன், பெண் இருவரும் வரிசையில் நின்றுகொண்டார்கள். முதல்வர் அறைக்குப் போகும்போது, இவர்கள் இணைந்துகொண்டால்போதும்.

"அப்புறம் வாழ்க்கை எப்படிப் போகிறது சுமதி?"

அவள் புன்னகைத்தாள். "நீ சொல். உன் மனைவி வேலைக்குப் போகிறாளா? என்ன செய்கிறாள்?"

"வேலைக்குப் போகவில்லை. வீட்டில் இருக்கிறாள். என்னைப்போல மடத்தில் வளர்ந்தவள். ஒரு கை விளங்காதவனுக்கு யார் பெண் கொடுப்பார்கள்? நதி நீர் மாதிரி, வாழ்க்கை பல இடங்களில் முட்டிக்கொண்டும் மோதிக்கொண்டும் போகிறது. ஆனால், போகிறது. வேலை இருக்கிறது. அதனால் பிச்சை எடுக்கவேண்டி இராது" என்றவன், "சிகரெட் பிடிக்க வேண்டும்போல இருக்கிறது. கேட் வரைக்கும் போகலாம், வரியா?" என்றான்.

சுமதி, வரிசையில் நிற்கும் பெண்ணிடம் சொல்லிவிட்டு, அவனுடன் கல்லூரிக்கு வெளியே இருந்த ஒரு மரத்தடிக்கு வந்தாள்.

“இது அப்போ நாம் நின்ற அந்த மரத்தடி மாதிரி இல்லை?”

அவள் சிரித்தாள். “அது வேற மரம்!”

“என்றால் என்ன? மரம். அந்த மனநிலை. அடிக்கடி அந்தக் காலத்தை நான் புதுப்பித்துக்கொள்கிறேன். அது எனக்கு வாழ்ந்ததன் நிலையை மீட்டுத் தருகிறது. எனக்குப் பழகியவர்களை மறக்க முடிவதில்லை. எதையும் உன்னைப் பகைவனாகப் பார்த்த எங்கள் தெரு நாய்களையும்தான். நீ எப்போதாவது அதையெல்லாம் நினைவுக்குள் கூட்டிக்கொண்டு வருவாயா?”
“சமயங்களில். ஆனால், அது வலி தரும் அனுபவம். மனத்தில் இருந்து அழிக்கவே விரும்புகிறேன்.”

“இரண்டாம் முறையும் தவறு செய்கிறாய். மனசை அழிப்பது

பாவம். கொலைபாதகம்!”

“ஆம்” என்று தலை அசைத்தான். “உன் குடும்பம் பற்றிச் சொல்லலையே, சுமதி?”

“விரும்பி வந்தார் ஒருவர். நிறைய அழுத்தங்கள் தந்தார்கள் இரு வீட்டிலும். நானும் சரியென்று சம்மதித்துக் கல்யாணம் பண்ணிக்கொண்டேன். மூன்று மாசம்கூட திருமண வாழ்க்கை நீடிக்கவில்லை. கௌரவமாகப் பேசி, விலகிக்கொண்டோம். சந்தேகப்பட்டுவிட்டார்.”

அவன் அமைதியாக இருந்தான். “எங்கள் திருமண வாழ்க்கை முடிஞ்சதுக்கு நீயும் ஒரு முக்கியக் காரணம்.”

“ஐயையோ, என்ன சுமதி சொல்றே?”

“ஒருமுறை எனக்கு ஒரு புத்தகம். அதாம்பா செக்ஸ் புத்தகம்; படம் போட்ட இங்கிலீஷ் புத்தகம். அதுல, “என் உயிரான சுமதிக்குன்னு எழுதி வேற கொடுத்திருக்கே. அதை என் கணவர் பார்த்து, நிறைய கற்பனை செஞ்சுக்கிட்டார். ஆனா, ரொம்ப அழ கான கையெழுத்துல எழுதி இருக்கேப்பா. அதை நீ கொடுத்த நேரமும், மனசுக்குள்ள மழை அடிச்ச இருட்டும், முனிசிபல் சிமெண்ட் பெஞ்சும் இன்னும் எனக்கு நினைவு இருக்கு மூர்த்தி. அந்த நேரத்து வாசனையும் எனக்குள்ள இருக்கு.”

சுமதி திடீரென்று உடைந்து அழுதாள். கைக்குட்டையை வைத்து, சட்டென்று இயல்பு நிலைக்குத் திரும்பினாள்.

அவன் பதற்றத்துடன் நின்றான். “ஸாரி சுமதி!”

“நாட் அட் ஆல்! நாம் வாழ்ந்தபோது நேர்மையாக வாழ்ந்தோம். அதுக்காக மகிழ்ச்சியடையணும். ஸாரி எல்லாம் வேண்டாம்.”

ஒன்றும் பேசத் தோன்றாமல் நின்றான் மூர்த்தி. பின்பு, “தனியாகத்தான் இருக்கியாம்மா?”

“தனியா இருக்கமுடியுமா, யாராலும்? நானும் நானும் இருக்கோம். நாங்க இரண்டு பேர். இரண்டே பேர் மட்டுமே ஒரு கூரைக்குக் கீழே இருக்கிறது எனக்குப் பிடிக்கலை. இவளை, அதோ அந்த வரிசையில் நிக்கிறாளே, அவளைத் தொட்டில் குழந்தையாபார்த்து வாங்கிட்டு வந்தேன். அவ, பெற்றவங்க வேண்டாம்னு விட்ட குழந்தை. எனக்கு இவளைத் தவிர, வேறு எதுவும் வேண் டாம்னு நினைக்க வெச்ச குழந்தை. நான் நிறைவா இருக்கேன். எனக்கு எந்தத் தேவையும் இல்லை.”

அவன் மீண்டும் சிகரெட்டைப் பற்றவைத்துக்கொண்டான். “சந்தோஷமா இருக்கியா சுமதி, உண்மையா?”

“நான் பொய்யே பேசறது இல்லை மூர்த்தி. உனக்குத் தெரியாதா? நான் சந்தோஷமாவே இருக்கேன். என் மகள், அலுவலக நண்பர்கள் சந்துரு, மகாலட்சுமி, இன்னும் நாலு பேர் எல்லோ ரோடும் சினேகமா இருக்கேன். மாலைக் காலங்கள் இவர்கள் வருகையால், என் வீட்டு வரவேற்பறை நிறைஞ்சு போயிடும். மனசுக்குள்ள வெற்றிடமே எனக்கு இல்லை. சினேகத்தால அதை அடைச்சுக்கிறேன்.”

பையனும் பெண்ணும் அவர்களைக்கை அசைத்து அழைத்தார்கள். மூர்த்தி சொன்னான்.

“நான் இங்கே பையனைப் பார்க்க வரும்போதெல்லாம் உன் பெண்ணையும் பார்க்கிறேன்.”

“அது சரி, மூர்த்தி ! உன் பையனும் என் பெண்ணும் காதலிச்சா நீ என்ன பண்ணுவே?”

“அவர்கள் சந்தோஷத்துக்கு என் உயிரையும் கொடுப்பேன்!”

சுமதி சொன்னாள். “இந்த டயலாக்கை இரண்டாம் முறை கேட்கிறேன். உயிரைக் கொடுக்காதே! இரண்டு உயிர்களையும் சேர்த்து வை!”

அவர்கள் கல்லூரிக்குள் பிரவேசித்தார்கள். "உன் பையன் பேர் என்ன மூர்த்தி?"

"அபிலாஷ். என் மனைவிக்குப் பிடிச்ச பேர். உன் பெண் பேர் என்ன?"

"மூர்த்தீஸ்வரி" என்றாள் சுமதி.

2013

வாழ்தலும் வாழ்தல் நிமித்தமும்

அப்பா சாக்குத் துணியில் சுற்றி ஒரு செடியைக் கொண்டு வந்தார். சட்டை கால்சட்டை போட்ட குழந்தை மாதிரி செடியின் தலையும் காலும் வெளித் தெரிந்தது. பத்மப் பிரியாவுக்கு உற்சாகம் பீறிட்டது.

"ஹை... செடி... என்ன செடிப்பா அது?"

அப்பா, பத்மப்பிரியாவின் கன்னத்தைச் செல்லமாகக் கிள்ளினார். அப்பாவின் பாணி அது. அது அவரை வெளிப்படுத்தும் முறை. அப்போது சாயங்காலமாகியிருந்தது. எதிர்ச்சாரியில் மஞ்சள் பூசிக்கொண்டிருந்தது வெயில். சாயங்கால வேளையில் எது வந்தாலும் சுகமாகவே இருக்கும். பெங்களூரிலிருந்து ஒரு நண்பர் அதை, அனுப்பியதாக அப்பா சொன்னார். "மஞ்சள் மஞ்சளாகப் பூக்கும். ஏறக்குறைய பவழ மல்லிகை மாதிரிப் பூத்துச் சொரியும் செடியாம். வாசனை மனோரஞ்சிதம் மாதிரி இருக்குமாம். ஒரு நேரத்தில் ஒரு ரகமான வாசனை. பூக்கும்போது ஒரு வாசனை, காயும்போது ஒரு வாசனை. பூத்துப் பழுக்கும்போது ஒரு வாசனை. பூ பழுக்குமா என்றால் மனோரஞ்சிதம் மட்டும் பழுக்கும். அது மாதிரி இந்தச் செடியும் பூக்கும்" என்றார் அப்பா.

"வாங்கப்பா செடியை நடலாம்" என்றாள் பத்மப்பிரியா. அவளுக்கு எதுவும் உடனடியாகச் செய்துவிட வேண்டும். இரவு பன்னிரண்டு மணிக்குத் திரும்பும் அப்பாவிடம் இருந்து புதுப்பென்சிலை வாங்கிச் சீவி பத்மப்பிரியா என்ற பெயரைப் பல்வேறு 'ஸ்டைலில்' எழுதிப் பார்த்தால்தான்

திருப்தி. தீபாவளிக்கும் பொங்கலுக்கும் தைத்து வரும் சட்டை பாவாடையை, உடனே போட்டுப் பார்த்துக் கண்ணாடி முன் நின்று. நேராக, பக்கவாட்டில், குனிந்து நிமிர்ந்து ஈ என்று இளித்துக்கொண்டும் ஒரு முறை அப்புறம் கண்ணாடிக்குப் பின்பக்கம் காட்டி அழகை ஊர்ஜிதப்படுத்திக்கொண்டும் பல பாவனைகள் செய்துகொள்ள வேண்டும் அவளுக்கு. அப்பா அவர் அறையை விட்டு பனியன் கைலியோடு வந்து ஹாலில் அமர்ந்துகொண்டு காப்பி குடிக்கத் தொடங்கினார். காப்பி என்கிற பானத்தின்மீது அவளுக்கு எரிச்சல் மூண்டது. முதன் முறையாக செடியை நட்டுவிட்டு வந்து சாவதானமாக காப்பி குடித்தால் என்ன? இந்த அப்பா மோசம் பா.

காப்பி குடித்தாயிற்று. பத்மப்பிரியா, தன் கையிலுள்ள பத்து விரல் நகத்தையும் கடித்து முடித்திருந்தாள். அப்பா, இப்போது சௌகரியமாகச் சாய்ந்துகொண்டு சிகரட் பற்ற வைக்கத் தொடங்கினார். பத்மப்பிரியாவுக்கு இனி நகம் கடிக்க இல்லாமல் போயிற்று. வீடு முழுக்க சிகரட் புகை சூழ்ந்தது. அவளுக்கு சிகரட் புகை பிடிக்கும். இப்போது இல்லை.

“வாங்கப்பா செடியை நட்டிடலாம். இருட்டிடப் போகுது.”

“ஏன், இருட்டினா செடிக்குப் பயமா இருக்குமா?”

ஏன் பயமாக இருக்கக்கூடாது. செடியும் அவளைப்போல குழந்தைதானே. குழந்தைகள் இருட்டுக்குப் பயப்படும்தானே. பயந்திருப்பாராக இருக்கும். சிகரட்டை எறிந்து விட்டு ஒரு வழியாக அப்பா எழுந்தார். கைலியை மடித்துக் கட்டிக்கொண்டார். மூலையில் சார்த்தி இருந்த சின்ன அலவாங்கை எடுத்துக்கொண்டு தோட்டத்துக்குப் போனார். செடிச் சுருட்டலை எடுத்துக்கொண்டு பத்மப்பிரியா அப்பாவைத் தொடர்ந்தாள். மணலில் பதியும் அப்பாவின் காலடிச் சுவடுகளின் மேல், தன் சின்னப் பாதங்களை வைத்தபடி நடந்தாள். அப்பாவின் அகலப் பாதம் ஒருமுறை முறம் மாதிரி இருந்தது. அதற்குள் அவள் பாதம், குரங்கு தன் வயிற்றுக்குள் அணைத்திருக்கும் குட்டி மாதிரி இருந்தது.

அதற்குள் செய்தி பத்மலட்சுமிக்கும் பத்துக்கும் எப்படியோ எட்டி, இருவரும் வேறு வேறு திசைகளிலிருந்து ஓடி வந்தார்கள்.

“ஹை செடி” என்றார்கள் இருவரும் ஏக காலத்தில். “என்ன செடிப்பா இது?”

செடி வந்த விதத்தை அப்பா மீண்டும் சொல்லத் தொடங்கினார்.

“அப்பா இவகிட்ட என்னத்துக்குச் சொல்றீங்க... லேட்டா வந்தவங்களுக்குத் தெரிய வேணாம்” என்றாள் பத்மப்பிரியா.

அப்பா சிரித்துக்கொண்டார். போதுமான பள்ளம் வெட்டி, செடியை நட்டார். அப்பா, வாளியில் தண்ணீர் எடுத்துக்கொண்டு செடிக்கு நீர் வார்த்தாள் பத்மபிரியா. அவளின் அந்தச் செயலில், பத்மலட்சுமிக்கும் பத்துக்கும் சேர்ந்து ஒரு செய்தி இருந்தது. அதாவது அந்தச் செடி, அவளுடையது. இதை எந்தவிதம் மறுப்பது அல்லது ஏற்பது என்று அடையாளக் குழப்பத்தில் ஆழ்ந்திருந்தாள் பத்மலட்சுமி. பத்து, தன் கைகளை முட்டியில் ஊன்றியபடி அப்பாவின் காரியங்களை வேடிக்கை பார்த்துக்கொண்டிருந்தான்.

“என்ன கலர் பூக்கா?” என்று பத்மலட்சுமி அக்காவைக் கேட்டாள்.

“மஞ்சள், கனகாம்பர மஞ்சள்.”

“எல்லாப் பூவும் அழகாத்தான் இருக்கும்.”

அம்மா எட்டிப் பார்த்தாள். குடும்ப நிகழ்ச்சிகளுக்கு அவள் எப்போதுமே வேடிக்கை பார்ப்பவள். பாத்திரத்தைத் துலக்கிக்கொண்டிருப்பாள். அல்லது பொறுப்புகளைத் தட்டிக் கழிக்கும் சூத்திரத்தைக் கடைப்பிடித்து வாழ்பவள்.

செடிக்குப் பக்கத்தில் வந்து நின்ற அம்மா சொன்னாள், “செடி வளர்ந்தா கொசு அடையுமே”

“இல்லாவிட்டாலும் கொசு அடையத்தான் செய்யும்”

“யார் இதுக்குத் தண்ணீர் ஊத்தப் போறா?”

பத்ம்ப்பிரியா முந்திக்கொண்டு சொன்னாள். “நான் ஊத்துவேன்.”

அம்மா, தன் பொறுப்பு முடிந்ததென்று நகர்ந்தாள். அந்த நிமிஷத்திலிருந்து பத்மப்பிரியா, அந்தச் செடியின் எஜமானி ஆனாள். எஜமானியானதும் அவள் இட்ட கட்டளை “என் செடியை யாரும் தொடக்கூடாது” என்பதுதான்.

“தொட்டால் என்ன செய்வே” என்றான் பத்து.

"கையை வெட்டுவேன்" என்று உடனடியாகப் பதில் தந்தாள் பத்மப்பிரியா.

அவன் அம்மாவிடம் போய்ச் சொன்னாள் "கையை வெட்டுமாம் பெரியக்கா"

"அவள் செடியை நீ ஏன் தொடணும்?"

"அவள் செடின்னு பேர் போட்டிருக்கா?"

"வாயில போடுவேன், இப்படிப் பேசினியானா?"

பத்து செடியினருகில் வந்தான். செடிக்குப் பக்கத்தில், ஒரு போலீஸ்காரியைப் போல் நின்றாள் பத்மப்பிரியா. திடுமென, அவனுக்கு சீனுவிடம் சைக்கிள் வாங்கிக்கொண்டு சுற்ற வேண்டும்போல இருந்தது. சீனுவின் வீட்டைப் பார்த்து ஓடினான்.

பத்மப்பிரியாவுக்குப் பேச்சு, மூச்சு மாதிரி என்பாள் அம்மா. அவள் பேசிக்கொண்டே இருப்பது அப்பாவுக்குப் பிடிக்கும். அம்மாவுக்குப் பிடிக்காது. சும்மா கண்டவர்களிடமும் அவளுக்குப் பேசப் பிடிக்காது. பன்னிரண்டு படிக்கிற பெண் இப்படி லஜ்ஜை இல்லாமல் எல்லாரிடமும், குறிப்பாக ஆம்பிளைத் தடியன்களிடம் பேசுவது அழகாகவா இருக்கிறது என்பாள் பாட்டி. பாட்டி அகலிகையின் அக்கா; சீதைக்கு மாமி லஜ்ஜையாம், லஜ்ஜை. அப்படியென்றால் என்ன? என்னதுக்குப் பேச வெட்கப்பட வேண்டும். அதிலும் குறிப்பாக அந்த ஆம்பிளைத் தடியன்கள். ஆம்பிளை, ஏன் தடியன்களாகவே பாட்டிக்குப் படுகிறது. அதுசரி. ஆம்பிளை என்றால்தான் என்ன?

"என்ன?"

"... ..."

"அதுவா... எங்கள் வீட்டுக்குப் புதுசா ஒரு செடி வந்திருக்கு. அதான் ஜாலியா இருக்கேன்."

பல்லியின் பாஷை பத்மப்பிரியாவுக்குத் தெரியும். பத்மப்பிரியாவைப் பல்லிக்கும் தெரியும்.

காலை என்பது ஜன்னல் திரைக்குப் பின் இருந்து தினம் அவளை எழுப்பும் சிநேகிதி. இதுபோல் அவளுக்குப் பல சிநேகிதிகள். எழுந்ததும் அவள் நினைவுக்கு வந்தது அந்தச் செடி. தோட்டத்துக்கு ஓடினாள். காலை இளம் காற்றில் அசைந்தாடிக்கொண்டிருந்தது செடி. அதன் பக்கத்தில் மண்டியிட்டு அமர்ந்தாள் பத்மப்பிரியா.

"என்ன செடி..." என்று தொடங்கியவள், அது நன்றாக இல்லையே என்று நினைத்தாள். எல்லா உயிருக்கும் ஒரு பெயர் இருக்க வேண்டாமோ? யோசித்தாள். நேற்று, வரலாற்று டீச்சர் மாதுளைக்கு அனார் என்று அரேபியாவில் சொல்வார்கள் என்று சொன்னது நினைவுக்கு வந்தது. "ஹை... அனார்" செடிக்கு அனார் என்று பெயர் வைத்து விட்டாள்.

"அனார்... அனார்மா... ராத்திரி நல்லா தூங்கினயா, இருட்டுக்கு பயந்துடலையே... பயந்தா என்கிட்ட சொல்லு... இரு..." என்றுவிட்டு ஓடிச்சென்று வாளியில் தண்ணீர்கொண்டு வந்து மண்ணிலும் அனார் உடம்பிலும் தெளித்தாள். நீர், முத்து முத்தாய்ச் சொட்டியது. அனார், குளித்துவிட்டு, நீர் சொட்டச் சொட்ட நிற்பதுபோல இருந்தது.

"இன்னிக்கு முதல் பீரியடே, இங்கிலீஷ். அதிலும் இலக்கணம். என்ன கேள்வி கேட்டு உயிரை வாங்கப் போவுதோ? அப்புறம், தூக்கணாங்குருவிக்கொண்டை வந்துடும். ஆஸ்திரேலியா எங்கே இருக்கு. ஜனத்தொகை எவ்வளவு. அப்பாவும் ஜாலி. தமிழ் உனக்குத்தான்பா ஜாலி. பள்ளிக்கூடம் போக வேண்டியதில்லை. ஒவ்வொரு பீரியடிலும் வெட்டுப்பட்டுச் சாக வேண்டியதில்லை."

அப்போது தவிட்டு நிறச் சிட்டு ஒன்று பறந்து வந்து வீட்டுக் கட்டைச் சுவரில் உட்கார்ந்தது.

"வா, உன்னைத்தான் காணமேன்னு பார்த்தேன். என் செடிக்கு அனார்னு பேர் வெச்சிருக்கேன். நீயும் அப்படித்தான் கூப்பிடணும். வேறு மாதிரி கீச்சு மூச்சுன்னு கூப்பிட்டுக்கிட்டு திரிஞ்சே. கொன்னுபுடுவேன்..."

குருவி "கீச் கீச்" என்றது. சரிக்கா என்பது அதன் பொருள்.

"குட்... நல்ல பையன். நீங்க ரெண்டு பேரும் கொடுத்து வச்சவங்கப்பா"

அனார் தலையாட்டி "ஏன்" என்று கேட்டது.

"பள்ளிக்கூடம் போக வேண்டிய அவசியம் இல்லையே" என்றாள் பெருமூச்சுடன்.

உள்ளிருந்து அம்மா கூப்பிட்டாள். இனியும் அவள் தாமதிக்க முடியாது. கொஞ்சம் ஹோம் ஒர்க் வைத்திருக்கிறாள். அப்புறம் காக்கா குளியல். அப்புறம் பள்ளிக்கூடம். வீட்டுப் பாடத்தை ஒரு வழியாகப் போட்டு முடித்தாள். குளியல் அறையில் பத்மலட்சுமி இருந்தாள். பாவாடை சாத்திய கதவில் தொங்கிக்கொண்டிருந்தது.

“சீக்கிரம் வா, லட்சுமி?”

“வர முடியாது... என்ன பண்ணுவே?”

“ம்... சீக்கிரம் வாடி... ஸ்கூலுக்கு டைம் ஆவுது.”

“லேட்டா போயி உதை வாங்கு.”

என்ன பண்ணுவது இவளை? பல்லைத் தேய்த்துக்கொண்டு அறைக் கதவு திறக்கக் காத்திருந்தாள். ஒருவழியாக பத்மலட்சுமி வெளி வந்தாள்.

“இருடி இரு” என்று மனசில் கருவிக்கொண்டு அறைக்குள் புகுந்தாள் பத்மப்பிரியா. ஜாக்கெட்டை அவிழ்க்கும்போதெல்லாம் பாட்டி சொன்னது அவளுக்கு நினைவுக்கு வருகிறது. “எல்லாம் எங்க பரம்பரைப் பூரிப்பு. எங்க ஜனங்களுக்கு எப்போதுமே மார்பு பெரிசு.” சே, வயசானால் கிழங்கள் சட்டை போடாமல் பேசுகிறதுகள். மயிர் நரைப்பதுபோல, வெட்கமும் நரைக்கும் போலும். இடுப்பைச் சுற்றி பாவாடை இறுக்கம் ஏற்படுத்திய தழும்பு அவளை உறுத்தியது. இதற்கு ஏதாவது செய்ய வேண்டும் என்று நினைத்துக்கொண்டாள். அவசரம் அவசரமாக ஏதோ சாப்பிடுவதாகக் கொரித்து விட்டுப் புறப்பட்டாள். அனாரிடம் வந்து நின்று “எப்படி இருக்கு என் டிரஸ்” என்றாள். இருந்த இடத்திலிருந்தே ஒரு சுற்றுச் சுற்றி தன் முன்பின் அழகுகளை அதுக்குக் காண்பித்தாள். அனார் தலையாட்டிப் பாராட்டியது.

“குட்... உனக்கு ரசனை இருக்கு. நல்ல ரசனை”

பத்மப்பிரியா பள்ளிக்குப் புறப்பட்டாள்.

அனார் சில நாட்களில் பூத்தது. பச்சைப் பசேலென்ற சின்னஞ்சிறு இலைகளின் நடுவே, வெள்ளை மிளகுபோல பொட்டு வைத்தது. அப்புறம் அரும்பியது. அப்புறம் மலர்ந்தது. ஒரு பூ வேலை செய்து விரிந்த குடை போல ஏராளமான மஞ்சள் நிறப் பூக்கள். பச்சைக் கற்பூரம்போல ஏதோ ஓர் ஊதுபத்திபோல வாசனை. அடக்கமான வாசனை. மலர்கள் இரண்டாம் நாளில் மண்ணில் வீழ்ந்தன. ஒன்று விழுந்தபோது, மற்றொரு பூப் பூத்தது. இழப்புக்கு ஈடு செய்தது. கோடி வீட்டுக் கணக்குப் பிள்ளை செத்த அன்று, சரஸ்வதி அக்காவுக்குக் குழந்தை பிறந்தது. பெண் குழந்தை.

அப்பா, பூவை முகர்ந்து பார்த்து ‘பிரமாதம்’ என்றார். பத்மப்பிரியா தானே வாசனை ஆகி விட்டாற்போல உணர்ந்தாள்.

பத்மப்பிரியாவுக்கு இப்போதெல்லாம் மனசில் பல கேள்விகள் எழுந்தன. காலை பள்ளிக்குப் போகும்போது, சைக்கிளில் எதிர்வந்து அவளைப் பார்த்து "குட்மார்னிங்" என்று சொல்கிறான் கண்ணன். மதியம் "குட் ஆப்டர் நூன்" என்கிறான். மாலை பள்ளியை விட்டுத் திரும்பும்போது "குட் ஈவினிங்" சொல்கிறான். பஞ்சாயத்து போர்டு பிரசிடென்ட் பையன் அவன். அப்பாவின் நண்பர்தான் அவர். புதுசாக முகம் மழித்து இருக்கிறான். மீசை இல்லாத பையன். மீசை இருந்தாலாவது அவனுக்கு இவள், குட்மார்னிங் சொல்வாளாக இருக்கும். "இது என்னடி அனார், இதுக்கெல்லாம் என்ன அர்த்தம்" என்று அனாரிடம் கேட்டாள் பத்மப்பிரியா.

அனார் தலையசைத்துச் சொன்னது. "தெரியாதாக்கும்"

"சீ தெரியாதுடி"

"சாமி சத்தியமா"

"காட் பிராமிஸ்"

"அதான்"

"எதான்"

இருவரும் சிரித்துக்கொண்டார்கள். "கண்ணன் செய்வதை ஜலால் செய்தால் நன்றாக இருந்திருக்கும்." ஜலால் +2 முடித்துவிட்டு டாக்டருக்குத்தான் படிப்பேன் என்று இருக்கிற பையன். அழகாக மீசை வைத்திருக்கிறான். கைகளை முட்டிக்கு மேல் சுருட்டிவிட்டு புஜம் தெரிய மிக வேகமாகச் சைக்கிள் விடுகிறான். அதோடு அவள் வீட்டுக்கு முன் வந்து கர்ண கடூரமாக சைக்கிள் மணியை வேறு முழங்குகிறான். "பார், அவன் அக்குறும்பை, ஒருநாள் காலை, அப்பாவுக்குக் காப்பி கொடுத்துவிட்டுப் பக்கத்தில் நிற்கிறேன். அவன் கேட் ஓரம் சைக்கிளில் இருந்துக்கொண்டு, கால் ஊன்றியபடி ஸ்டைலாக என்னைப் பார்த்துச் சிரிக்கிறான். எனக்கு 'பக் பக்' என்று இருதயம் துடித்துக்கொண்டிருந்தது. அப்பா பார்த்தால் என்ன ஆகும். அப்பா பார்க்கவில்லை என்றுதான் நான் நினைத்துக்கொண்டிருந்தேன். அப்போ குளித்த பிறகு, நானும் அவரும் ஒரு சின்ன 'வாக்' போவோம் என்பதுதான் உனக்குத் தெரியுமே. அப்ப அவர் கேட்டார் 'யாரும்மா அந்தப் பையன்', எனக்கு நடுக்கம் 'தெரியலைப்பா' என்றேன். "பசங்க அப்படித்தான் இருப்பாங்க. இதையெல்லாம் தூர நின்று ரசிக்கக் கற்றுக் கொள். இந்த விளையாட்டில் அங்கம் வகிக்கக்கூடாது. நீயே ஆடுற ஆட்டத்துக்கு இன்னும் நிறைய நாள் இருக்கு."

"அனார் இதுக்கு என்னடி அர்த்தம்?"
"தெரியாது?"
"ஊம்... சத்தியமா தெரியாது"
"சாமி சத்தியமா?"
"காட் பிராமிஸ்"
"அதான்"
"எதான்"

இருவரும் சிரித்தார்கள். வேறு ஒரு நாளில் பத்மப்பிரியா இப்படிச் சொன்னாள். "அப்புறம் அனார், அந்தக் கண்ணன் ஒரு நாள் போனில் என்னைக் கூப்பிட்டான். என்ன சாப்பிட்டியா, தூங்கினியா, நல்லா இருக்கியாங்கிறான். ஏதோ ஊருக்குப் போன புருஷன் மாதிரி. என்ன கொழுப்பு, பார். யார் இவன்னு நான் யோசிக்க ஆரம்பிச்சேன். யார் பேசறதுன்னு கேட்டேன். அது உனக்கு அவசியம் இல்லேங்கிறான். நான் கண்டுபிடிச்சுட்டேன். குட்மார்னிங் பையனான்னு நான் கேட்டேன். அவன் அதிர்ச்சியடைஞ்சிட்டான். எப்படித் தெரிந்ததுன்னான். குரைக்கிற சப்தம் வந்தா நாய்ன்னு தெரிஞ்சுக்க முடியாதான்னு சொன்னேன். அத்தோடு அவன் தொல்லை ஒழிஞ்சுது"

அனார் அதிகமாகச் சிரித்து ஓய்ந்தது. "வெல்டன் ஐ சே" என்றது அனார்.

"அட... உனக்கு இங்கிலீஷ்கூட தெரியுமா?" என்று ஆச்சரியப்பட்டாள் பத்மப்பிரியா.

"என்னை விடு. என் அம்மாவுக்கு நாலு வேதம், ஆறு சாஸ்திரம், பதினெட்டுப் புராணம், அறுபத்து நாலு கலை ஞானம் தெரியும். இங்கிலீஷ் பிரஞ்ச், ஜெர்மன், எல்லாம் வரும். எனக்கும் கொஞ்சம் வரும். ஆனால் தமிழில்தான் பேசுவேன். நினைப்பேன்." அனார் மேல் அளவில்லாத அன்பு சுரந்தது பத்மப்பிரியாவுக்கு.

அப்பா ஒருநாள் இரண்டு புதுச் செடிகளைக்கொண்டு வந்தார். அனாரைப் போன்ற அதே வகைச் செடிகள். அனாரின் தங்கை மற்றும் தம்பிச் செடிகள். அனாரின் பூக்கள் அப்பாவுக்கு மிகவும் பிடித்திருக்க வேண்டும். அதனால் மேலும் செடிகளைக்கொண்டு வந்திருக்கிறார். அனாருக்கு இடதும் வலதுமாக அச்செடிகள் நடப்பட்டன. பத்மலட்சுமி அந்த

இரண்டில் ஒன்றைத் தன்னுடையது என்று சுவீகரித்து விட்டாள். உடனே அதற்குத் தன் பெயரையே சூட்டி விட்டாள்.

பத்மாவாம். தூ... அவள் முகத்தில் தோன்றிய கர்வமும் அலட்சியமும் பத்மப்பிரியாவுக்குச் சகிக்க முடியவில்லை. அவளாவது பரவாயில்லை. பத்துக் குரங்குகள் போட்ட ஆட்டம்தான் சகிக்க முடியவில்லை. அனாருக்கு எதிரில் நின்றுகொண்டு, "அனார் குனார் மனார்" என்றான். இருப்பதில் சின்னச் செடி, அவனுடையதாம். அதன் பேர் சாந்தியாம். சாந்தி அவனுடன் படிக்கிற எப்பவும் சளி ஒழுகுகிற மூக்கும், எலிவால் ஜடையுமாகத் திரிகிற குட்டியின் பெயர். போயும் போயும் இந்தப் பையனுக்குப் புத்தி போறது பார். சாந்தி பூந்தி வாந்தி.

"அனாரைவிடவும் என் செடிதான் அதிகம் பூக்கப் போவுது பார்" என்றாள் பத்மலட்சுமி.

"என் செடிதான் அதிகம் பூக்கும்" என்றான் பத்து.

"என்ன பெட்?"

பத்து யோசித்தான். அவன் அளவுக்குப் பெரிய தொகையான "அஞ்சு ரூபாய்" என்றான்.

"தூ... பிசுநாறி. நூறு ரூபாய் பந்தயம். கட்டுவதானால் கட்டு."

"நூறு ரூபாய் உமக்கு மட்டும் ஏதாம்"

"எப்படியோ சம்பாதிப்பேன்"

பத்துவின் வாய் அடைத்து விட்டது. அவன் பெரியக்காவைப் பார்த்தான். பத்மப்பிரியா, திடுமெனத் தன்னைப் பெரியவளாக உணர்ந்தாள். இந்தச் சின்னப் பிள்ளைகள் விவகாரத்தில், தான் தலையிடுவதாவது? அவள் பெருந்தன்மை முகத்தை அணிந்துகொண்டாள். அது அவள் முகத்தில் இன்னொரு முகம்.

"எல்லாச் செடியும் பூக்கட்டுமே. அதுதானே அழகு" என்றாள்.

பத்மலட்சுமி திடுக்கிட்டுப் போனாள். அக்கா எப்போது முதிர்ந்து நரைத்து கையில் கோலூன்றி அவ்வையானாள்?

பத்மப்பிரியாவின் ஜாக்கெட்டுகள் மிகவும் சின்னதாகிப் போயின. கை மேலேறவில்லை. மார்புப் பித்தானை எத்தனை இழுத்தும் எட்டவில்லை. பாவாடை கணுக்காலுக்குச் சில அங்குலங்கள் மேலேறி விட்டது. அந்தச் சந்தர்ப்பத்தில் அந்த மூன்றுமே பூத்துச் சொரிந்தன. தெருவில் போவோர் நின்று பார்த்துச் சென்றனர். என்ன காரணத்தாலோ இப்போதெல்லாம்

சிட்டுகள், மைனாக்கள், அதிசய வண்ணத்தில் ஆன மரம் கொத்திகள் எல்லாம் அவள் வீட்டுப் போர்ட்டிகோவில் வந்து குந்திச் சென்றன. பத்மப்பிரியா என் செடியைப் பார்க்கத்தான் இத்தனைப் பறவைகளும் வருகின்றன என்று முழங்கினாள்.

"உன் செடி ஒன்றும் உசத்தி இல்லை" என்றாள் பத்மலட்சுமி.

"பூக்களில் ஏதடி உசத்தியும் தாழ்ச்சியும். மனிதர்கள் யாவரும் சமம் என்பதுபோலத்தான் பூக்களும்"

இதைச் சொல்லும்போது புத்த பகவானின் கண் மூடிய அருள் தொனியில், பின்னால் சக்கரம் சுழல, காட்சியளித்தாள் அவள்.

பத்மப்பிரியாவின் கனவுகளில் இப்போதெல்லாம் நாசர் வந்து கொண்டிருந்தான். நாசர் மொத்தத்தில் மூன்றே பேன்ட்டும், நாலு சட்டையும், மார்பில் பொத்தல் விழுந்த பனியனும் வைத்திருந்தான். கொஞ்சிக் கொஞ்சிப் பேசி மதி மயக்கும் பாட்டை மிக அழகாகப் பாடினான். எல்லாவற்றுக்கும் மேலே, மீசை வைத்திருந்தான். ஆனாலும் பாண்ட்ஸ் பவுடரை இத்தனைத் தூக்கலாக அவன் போடக்கூடாது. ஒருநாள் வீட்டுக்கே வந்து விட்டான். பத்மப்பிரியா அவனுக்காக, சட்டென்று செய்யத்தக்க உப்புமா பண்ணினாள். வாணலியில் அவள் வேலையாக இருக்கும்போது அவன் அவள் பின்பக்கம் வந்து கழுத்தும் முதுகும் சேரும் இடத்தில் முத்தமிட்டான். அவன் கைகளோ அவள் மார்புகளை மூடி இருந்தன.

"என்னடா பண்ற நாசர்" என்று சாதாரணமாகச் சொன்னாள் பத்மப்பிரியா. இன்னிக்கு என்ன தேதி, ஏழா, எட்டா என்பதுபோல சாதாரணத்தை வேணும் என்றே அணிந்துகொண்டதாய் இருந்தது அந்தக் கேள்வி. நாசர், சுருண்டு போய்விட்டான்.

"வெரிகுட், நல்ல காரியம் செய்தாய்" என்றது அனார். வெளியேற்றுதல், புறக்கணித்தல், மழுப்புவது தெரியாமல் மழுப்புதல், சிரித்துக்கொண்டே கொலை செய்தல், முதலான, உலகில் பெண்கள் நடந்துகொள்ள வேண்டியிருக்கும். சூட்சுமங்களை அனார், பத்மப்பிரியாக்கு எடுத்துச் சொன்னது.

பத்மப்பிரியாவுக்குப் பயிற்சிக்குப் போக வேண்டியிருந்தது. ஏதோ ஒரு பிடுங்கி உத்தியோகம். அதுக்கு இந்தப் பயிற்சிக்கு உள்ளாக வேண்டும் என்று அரசு உத்தரவு. பிரியா சென்னைக்கு

வந்துவிட்டாள். இங்கு வந்ததும் அவள் பல விஷயங்களைத் தேடினாள். அப்பாவை, அம்மாவை, பத்மலட்சுமியை, பத்துவை, அனாரை, அவர்கள் முகம் தெரியும் மனிதர்களைத் தேடினாள். சில நபர்களில் அவர்கள் தட்டுப்படவும் செய்தார்கள். உறவுகள், இரத்த உறவுகள் நட்புகள் முதலான பல பிரமைகளை அல்லது பிம்பங்களைப் பலரிடமும் அவள் காண நேர்ந்தது. இங்கு மனிதர்கள் ஓடிக்கொண்டிருந்தார்கள். அனாரை சென்னைத் தெருக்களில், தோட்டங்களில் மாடிகளில் தேடித்தேடி அலுத்துப் போனாள்.

அவள் நிறைய கனவு கண்டாள். கனவில் அனார் வந்தது. மனிதர்கள் பலரும் அவள் கனவுகளில் நிறமாயும் வண்ணமாயும் வந்தார்கள். அப்பா வரும்போதெல்லாம் பச்சையாக நீர் வழியும் குளியல் அறைக் குழாயும் சேர்ந்தே வந்தது. அப்பாவுக்கும் குளிர் நீர் ஊற்றலுக்கும் என்ன சம்பந்தம். தொடக்கத்தில் இரண்டு பிம்பங்களாக அப்பாவும் குளிர்நீர்க் குழாயும் என வந்தவர்கள், நாளடைவில் குளிர்நீர் குழாயாக மட்டும் என்று ஆயிற்று. அம்மா, எப்போதாவது கனவில் வந்தாள். அம்மா வரும்போதெல்லாம் வெந்நீர் அடுப்பு, வெள்ளை சாக்பீஸ் என்று விளங்கிக்கொள்ள முடியாத பிம்பங்கள் தோன்றின. அப்பா, பச்சை என்றால் அம்மா நெருப்பு நிறம். அம்மா, கையில் சாக்பீசை வைத்துக்கொண்டு சதா ஏதோ கோடு போட்டபடி இருந்தாள். பத்மலட்சுமியும் பத்துவும் ஊதா நிறம். மனசுக்கு மிக ரம்மியமாக அவர்கள் இருந்தார்கள். லட்சுமி பெரும்பாலும் மயிலிறகாகவும், பத்து காது குடையும் பஞ்சாகவும் வந்தார்கள். அனார் மட்டும் எப்போதும் மனித ரூபத்திலேயே அவள் கனவில் வந்தாள். ஆரஞ்சு மற்றும் ஆகாய நீலத்தில் அவள் இருந்தாள். தாவணி அணிந்துக்கொண்டு வந்தாள். இள நீல ஆகாய வர்ணத்தில் எப்போதும் அவள் ஆடை அமைந்திருந்தது. தழையத் தழைய பாவாடைக் கட்டி இருப்பாள். ஒற்றைச் சடை மற்றும் இரட்டைச் சடை அணிந்திருப்பாள். பத்மப்பிரியாவுக்கு ஆச்சரியமாக இருக்கும். அனார் எப்போது கனவில் வந்தாலும் கைநிறைய கொடுக்காப்புளிகொண்டு வருவாள். சிவந்த வெள்ளைப் பருப்பை இருவரும் சேர்ந்து உண்பார்கள். பத்மப்பிரியா வீட்டுக்கு நேர் எதிரே பிள்ளையார் கோயில் குளத்தங்கரையில் ஒரு பழைய தாத்தா, கொடுக்காப்புளி மரம் இருந்தது. அதன் அடியில் பிரியா விளையாடிக்கொண்டிருப்பாள்.

இரவு அம்மாவும் பத்மலட்சுமியும் பத்துவும் சாப்பிட்டுப் படுக்கைக்குப் போகும் முன்பு, அந்த நேரத்தில்தான் பத்மப்பிரியா ஊர் போய்ச் சேர்ந்தாள். அம்மா பயிற்சியைப் பற்றி ஏதேதோ கேள்வி கேட்டுக்கொண்டிருந்தாள். அவள் தோட்டத்துக்குப் போய்ச் சேர்ந்தாள். அனார் அவளைப் பார்த்துச் சிரித்ததை அவளால் புரிந்துகொள்ள முடிந்தது. பக்கத்துச் செடிகளும் அனாரின் தோளுக்கு வளர்ந்திருந்தன.

"பயிற்சி நல்லபடியாக முடிந்ததா?"

"ஆச்சு"

"ஏன் அலுப்பாகப் பேசுகிறாயக்கா?"

"எனக்கு அந்த வேலை பிடிக்கவில்லை"

"வேறு எதுதான் பிடித்திருக்கிறது"

"எனக்கு எதுவும் பிடிக்கவில்லை."

"எதுவும் பிடிக்காமல் போகிற அளவுக்கு என்ன சலிப்பு உனக்கு அக்கா?"

"என்னமோ... எல்லார் மேலும், எல்லாவற்றின் மேலும் எனக்குச் சலிப்பு, கோபம், அருவருப்பு ஏற்படுகிறது. எல்லாவற்றையும் விட்டுக் கரையேறி விட வேண்டும்போல இருக்கிறது. மனிதர்கள் மேல் எனக்கு மரியாதை குறைந்துகொண்டு வருகிறது. ஒப்புக்காகச் சிரித்துச் சிரித்து வாய் வலிக்கிறது. உண்மையான காதலையும் அவசரத்தையும் இனம் கண்டு புரிந்து கொள்ளும் நுணுக்கம் குறைந்து விட்டது. எனவே நான் பொய்யாகிக்கொண்டிருக்கிறேன். உலகத்தில் எல்லாரும் சந்தர்ப்ப வாதிகள். எல்லாரும் ஏமாற்றுக்காரர்கள்"

அனார் சிரித்துக்கொண்டு சொன்னது. "ஆனால், உலகத்தில் நீ மட்டும்தான் உண்மையானவள். அழுக்கின் சகவாசமே இல்லாதவள். நெருப்பு. எல்லாக் கசடுகளையும் எரிக்கும் நெருப்பு. மற்றவர்கள் எல்லாம் கசடுகள். அப்படித்தானே?"

"நீ என்ன அனார் ,எனக்கு எதிராகப் பேசுகிறாயே..."

"எல்லாருக்கும் நீ எதிராகலாம். அதைச் சொன்னால் நான் எதிரா?"

அம்மா கூப்பிட்டாள். "சனியனே... இந்த நேரத்துல அங்க என்ன வேலைடி. பாம்பு பிடுங்கத்தான் போவுது போ."

அம்மா, எதிர்மறைக் கற்பனாவாதி. எதையும் தனக்கு எதிராகவே கற்பனை செய்து கொள்பவள். அம்மா இடித்துக் காயவைத்திருக்கும மிளகாய்த் தூள் காய்ந்து விடக்கூடாது என்பதற்காகவே மழை பெய்வதாக நம்புகிறவள்.

பத்மலட்சுமியும் பத்தும் இத்தனை நேரம் தூங்கிக் கொண்டிருப்பதைக் கொண்டுதான் அன்று ஞாயிற்றுக் கிழமை என்பது பிரியாவுக்குத் தெரிந்தது. அன்று காலை உணவு மேசைக்கு வரும் முன்பு, ஒருமுறை அனாருடன் அவள் பேசிவிட்டுத்தான் வந்தாள். அவனுக்கு எந்த வேறுபாடும் தோன்றவில்லை. ஆனால், லட்சுமி நமுட்டுச் சிரிப்போடு அவளைப் பார்த்ததும் பத்தும் அவளுடன் சேர்ந்துகொண்டு செய்த அழும்பும் அவளுக்கு என்னமோ உணர்த்தின.

“என்னடி என்ன?”

“ஒன்றும் இல்லையே” என்றாள் லட்சுமி. பத்து பாட்டுக் கட்டியே பாடினான். “செடி இருக்கும் இலை இருக்கும். பூ இருக்காது... மொக்கிருக்கும் அரும்பிருக்கும் பூப் பூக்காது.”

“என்னடா பாட்டு இது”

“என்னமோ பாட்டு”

அம்மாதான் விளக்க வேண்டி இருந்தது. “அவங்கரெண்டு பேர் செடியும் பூத்துடுச்சாம். உன் செடி பூக்கலையாம். அதைத்தான் அவன் இப்படிப் பாடறான்.”

“ஏன் பூக்கலை?”

“அதை உன் அனாரிடம் கேளேன்” என்றாள் லட்சுமி.

அவள் பாதி இட்லியில் இருந்து எழுந்து அனாரிடம் சென்றாள். இப்போதுதான் தெரிந்தது. மற்ற இரு செடிகளும் பூத்துச் சொரிந்தன. பத்மப்பிரியாவுக்கு அழுகை வந்தது. அவள் அழுதாள்.

“ஏனக்கா அழுவறே?”

“பின்ன என்ன, நீ பூக்காம இருக்கிறது எனக்கு அழுகை வராதா?”

“நான் என்ன பண்ண? வருஷம் தோறும் பிள்ளை பெத்துக் கிட்டாத்தான் அம்மாவா?”

அனார் அழுதுகொண்டே இருந்தாள். ஊரிலிருந்து வந்த அத்தை சொன்னாள். அம்மாவும் அருகில் இருந்தாள். “இப்படித்தான் நம்ம வீட்டு முருங்கை பூக்கவும் இல்லை, காய்க்கவும்

இல்லை. அப்புறம் என்ன, ஒரு செருப்பையும் விளக்குமாற்றையும் மரத்துல கட்டி வச்சேன். மரம் வெட்கப்பட்டுக் காய்ச்சிடுச்சி."

"அப்படியும் செய்வாங்களா என்ன?"

"செய்யறதுதானே. அதிரசம் சிவக்கலைன்னா வாணலிக்கு முன்னால நின்னு சின்னப் பொண்களைத் தூக்கிக் காட்டச் சொல்வாங்க. அவங்க தூக்கிக் காட்டினதும் அதிரசம் சிவந்திடும்."

"சே" என்றாள் பத்மப்பிரியா.

"என்னடி சே... நீயும் உன் செடிக்குக் காட்டு."

"ஐயோ... போங்க அத்தை"

அத்தையும் அம்மாவும் போன பிறகு பத்மப்பிரியா அனாரிடம் பார்த்துச் சொன்னாள். "அனார் பூத்திடு... இல்லைன்னா எனக்கு அவமானத்தால தலை வெடிச்சிடும். அவ்வளவுதான் சொல்லுவேன்."

மறுநாள் தூங்கி எழுந்ததும், பத்மப்பிரியா அனாரிடம் தான் வந்து நின்றாள். ஆச்சரியம், அனார் பூத்துச் சொரிந்து கொண்டிருந்தாள். பத்மப்பிரியாவின் கண்ணில் நீர் வழிந்தது. சிட்டுக்குருவி ஒன்று வந்து அமர்ந்து அவளை விநோதமாகப் பார்த்தது.

அப்பா, அம்மா எல்லோரும் முகத்தைத் தூக்கி வைத்திருந்தார்கள். பிரியா காலை முதல் சாப்பிடவில்லை என்று அப்பா வந்ததுமே அம்மா அவரிடம் சொன்னாள்.

"ஏன்டா?"

"எனக்கு அந்த வேலைக்குப் போகப் பிடிக்கலை"

"அரசாங்க வேலை. போய்ச் சேர்ந்துடு. அப்புறமா உனக்குப் பிடிச்ச வேலைக்குப் போகலாம்."

உலகம் முழுக்க அப்பா, அம்மா ஒருவர்தான். எல்லோரும் வில்லன்கள். வன்முறையாளர்கள். தங்களைத் தம் குழந்தைகள் உள்ளே திணிப்பவர்கள்.

"முடியாது"

அப்பாவும் சாப்பிடவில்லை. அம்மா, அவர்கள் இருவரையும் பார்த்துச் சொன்னாள். "நாளைக்கும் சாப்பிட மாட்டீங்கதானே. அப்படீன்னா, ஒரு மாகாணி அரிசி குறைச்சு வடிக்கலாம்."

பத்மப்பிரியாவுக்குக் கோபம். தலையில் புரட்டிக்கொண்டு வந்தது. அவள் தற்கொலை செய்துகொள்ளத் தீர்மானித்தாள். அனாரிடம் போனாள்.

“அனார், நான் தற்கொலை பண்ணிக்கப் போறேன்.”

“வெரிகுட்... எப்படி! கயிறா, விஷமா, கத்தியா. நாம் எல்லாம் இருப்பதைக் காட்டிலும் சாவதே நல்லது”

“என்னடி சொல்றே. நான் சாகிறதுல உனக்கு என்ன அப்படிச் சந்தோஷம்.”

“சாவறதுன்னு முடிவு பண்ணா சாகவேண்டியதுதான். அப்புறம் என்னிடம் ஏன் சொல்றே. என் அனுதாபம் உனக்குத் தேவை அப்படித்தானே? பிறர் அனுதாபத்தை கோருவதைக் காட்டிலும் சாகலாம். செத்து உயிர் வாழலாம்”

“அனார் எனக்கு மனசு வெறுத்துப் போச்சு”

“மனசு வெறுத்துப் போனவங்க எல்லாம் தற்கொலை செய்யறதுன்னா, உலகமே காலி மைதானம் மாதிரி அல்லவா இருக்கும்”

“என்னை என்னதான் பண்ணச் சொல்றே?”

“வாழச் சொல்றேன்... வாழறதுக்குத்தான் தைரியம் வேணும்...”

“என்னை யாரும் புரிஞ்சுக்கலை”

“மற்றவர்களை நீ புரிஞ்சுக்கிட்டியா... அப்படி ஏதும் முயற்சி பண்ணி இருக்கியா அக்கா... மற்றவர்களைப் புண்படுத்துவே. அலட்சியப்படுத்தி மனசுக்குள்ளே சந்தோஷப்பட்டுக்கிறே... நான் உன்னைக் குத்தம் சொல்லலை. எல்லோரும் அப்படித்தான் இருக்காங்க. இதுல, யார், யார் மேல குற்றம் சொல்றது.”

பத்மப்பிரியா மௌனத்தை அனார் கலைத்தது.

“போக்கா... அப்பா சொல்ற வேலையில சேரப் போறதில்லை என்கிறதுல உறுதியா இரு. சண்டைப் போடு. உன்னைக் கொல்லவா போறாங்க. அப்படியே கொன்னா, செத்துப் போ, சந்தோஷமா...”

பத்மப்பிரியாவுக்கு ஆச்சரியமாக இருந்தது. “இதையெல்லாம் எங்கே கத்துக்கிட்டே”

“என்கிட்ட இருந்து... என்னை வேரோட பறிச்சுக்கொண்டு வந்தபோது நான் நடுங்கினேன். என்னை எங்ககொண்டு போறாங்களோன்னு துடிச்சுப் போனேன். இங்க வந்தேன். உன் முகத்தைப் பார்த்தேன். வாழ ஆசைப்பட்டேன். வாழறேன். நான் சந்தோஷமா இருக்கிறதுக்கு அடையாளம்தான் என் பூக்கள். உனக்குப் பிடிச்ச ஒரு முகத்தை மனசுக்குள் வச்சுக்கோ. அதைச்

சந்தோஷப்படுத்திக்கிட்டு, உன்னையும் சந்தோஷப்படுத்திக்கிட்டு வாழு. எனக்குத் தெரிஞ்சது அதுதான்"

பத்மப்பிரியா அனாரையே பார்த்துக்கொண்டு நின்றாள். மாலை மயங்கிக்கொண்டு வந்தது. காற்று நுங்கின் குளிர்ச்சியோடு வீசியது.

பத்மப்பிரியா சந்தோஷம் அடைந்தாள்.

2014

மிருகம்

அப்பாவுக்கு என்மீது ரொம்பக் கோபம்.

இந்த அப்பாவைப் பார்க்கையில் எனக்குச் சிரிப்புத்தான் வருகிறது. தான் மிகுந்த கோபத்தில் இருக்கிறதாக எனக்குக் காண்பிக்க வேண்டி என்ன என்னவெல்லாம் செய்கிறார் இவர்? கையிலிருந்த பேப்பரைக் கடாசி எறிகிறார்! அம்மா வழக்கம்போல் அவருக்கேற்ற கடுங்காபியை, சர்க்கரை போடாமல்தான் கொண்டுபோய்க் கொடுக்கிறாள். இருந்தும், "என்னடி இது... காபியா, கழனித்தண்ணியா...? அந்த மாட்டு வாயிலே கொண்டுபோய் ஊத்து, சந்தோஷமா சாப்பிடும். காபி போடறாளாம் காபி!" என்று சம்பந்தா சம்பந்தமில்லாமல் காய்ந்து விழுந்தார். அம்மா முகம் சிவந்துபோய் மூக்கு விடைக்க, சேலைத் தலைப்பை எடுத்துக் கண்ணைத் துடைத்துக்கொண்டும், மூக்கை உறிஞ்சிக்கொண்டும் அடுப்படிக்குப் போவதைப் பார்க்க எனக்கு மனசுக்கு வருத்தமாய் இருந்தது. ஆண்களுக்குக் கோபம் வந்தால் பெண்டாட்டி மேல் காய வேண்டும் போலும்... இருக்கட்டும், சூழ்நிலை சரியில்லை. ஒரு நாளைக்கு இந்த அப்பாவை இந்த ஆண் அடக்கு முறைக்காகவே கிழிகிழி என்று கிழிக்கிறேனா இல்லையா பாருங்கள்!

அலுவலகத்துக்குச் செல்ல, என் அறையில் என்னை நான் தயாரித்துக்கொண்டிருந்தேன். குளியல் அறையிலிருந்து அப்பா கத்துவது கேட்டது. "ஆமாண்டி இப்படி நெருப்பு மாதிரி கொதிக்கக் கொதிக்க வெந்நீரை விளாவாமல் வை. என் மேல் தோல் எல்லாம் உறிஞ்சு, உரிச்ச கோழி

மாதிரி நான் நிக்கணும்னுதானே உன் ஆசை?"

நான் அலுவலகத்துக்குக் கிளம்பினேன்.

அப்பாவின் கோபம், பஸ்ஸில் போகும்போதும் எனக்குச் சிரிப்பையே தந்தது. அப்பா எப்படி இருந்தார், ஏன் இப்படி மாறினார்...?

உண்மையில், அப்பாதான் எனக்கு சீறச் சொல்லிக் கற்பித்தவர். சின்ன வயதில் அவர் எனக்குள் ஊன்றிய விதை இது.

"அப்பா! அம்மா எனக்கு ஸ்வீட் தரமாட்டேங்கறாப்பா..." என்று கண்ணைக் கசக்கிக்கொண்டுபோய் அப்பாவின் முன் நிற்பேன்.

அவர் என்னைப் பார்த்து இப்படிச் சொல்வார்;

"அம்மா ஸ்வீட் கொடுக்கலேன்னா அதுக்காக அழறதா...? இதென்ன வெத்துப் புலம்பல்? பெண்ணுன்னு பிறந்தா அழணுமா என்ன? சீச்சீ! எனக்கு இது பிடிக்காது. போ, போய் அம்மாகிட்டே 'ஏன் எனக்கு ஸ்வீட் கொடுக்கக்கூடாது? அவ்வளவு ஸ்வீட் பண்ணியது நம்ம மூணு பேருக்குந்தானே?' அப்படின்னு கேள். அழுகை உனக்கு எந்த விதத்திலும் உதவாது. கல்லுடைக்கிற மாதிரி கேள். கேட்டாத்தான் எதுவும் கிடைக்கும். தட்டினாத்தான் கதவு திறக்கும் புரியுதா? போ!"

என் அழுகையை அந்தச் சின்னஞ்சிறு வயதிலேயே நிறுத்தியவர் அப்பா.

பத்தாம் வகுப்பை முடித்து, ப்ளஸ் ஒண்ணில் அந்தப் பெரிய பள்ளிக்கூடத்தில் சேர்ந்தபோது நான் விதிர் விதிர்த்துப் போயிருந்தேன். பெண்கள் பள்ளிக்கூடத்திலேயே படித்து வளர்ந்த எனக்குப் பையன்களைக் கண்டாலே நடுக்கம் எடுத்தது. சேர்ந்த முதல் நாளே, தடியன் மாதிரி ஒரு பையன் என்னிடம் வந்து "உன் பெயர் என்ன?" என்றான். வியர்த்துப் போய் பல், கை கால் அனைத்தும் நடுங்க, "கோ... கோதை" என்றேன் ஈனஸ்வரத்தில். அடுத்து அவன், "பூ கட்டத் தெரியுமா?" என்று கேட்டதும் எனக்கு அழுகையே வந்துவிட்டது.

"பூ கட்டி மாலையாக்கத் தெரியாது. அழத்தான் தெரியுமா? ஒண்ணு போதாதுன்னு இரண்டு சடை போட்டுக்கறே– ரெட்டைக் கொம்பு மாதிரி. எதுக்குடி கோதைனு பேர் வெச்சுக்கறே? இனிமே நீ ராதைனு பேர் வெச்சுக்கோ... தெரியுமா? சொல்லு உன் பெயர் என்ன?"

பிரபஞ்சன் | 151

நான் கேவிக் கேவி அழுதுகொண்டே "ரா... ராதை..." என்றேன். ஏழெட்டு வானரங்கள் என்னைச் சுற்றி நின்றுகொண்டு, "ஹே... ஹே..." என்று காணாததைக் கண்டது மாதிரி சிரித்தன.

அதற்கு மேல், என்னால் வகுப்புக்குப் போக முடியவில்லை. புத்தகப் பையைத் தூக்கிக்கொண்டு, 'ஓ'ன்னு அலறி அழுதவாறு, இரட்டை சடைகள் பறக்க வீட்டுக்கு ஓடி வந்தேன். நன்றாக ஞாபகம் இருக்கிறது. அன்று தாத்தாவுக்கு திவச நாள். அப்பா வீட்டில்தான் இருந்தார்.

என்னை அந்த நேரத்தில் கண்டதும் பதறிப்போன அப்பா "என்னம்மா... என்ன?" என்றார்.

நான் அழுதுகொண்டே, நடந்ததைச் சொன்னேன்.

அப்பா இடுப்பைப் பிடித்துக்கொண்டு பல நிமிஷங்கள் சிரித்தார். அப்புறம் சொன்னார்;

"அடி அசடே! இதுக்குப் போயி அழறியே... ஆம்பளை பசங்க, பொண்ணுங்களை அப்படித்தான் கலாட்டா பண்ணுவாங்க... இதையெல்லாம் தமாஷா, ஜாலியா எடுத்துக்கோம்மா... பசங்க கேலி பண்ணா, நீயும் திருப்பிக் கேலி பண்ணு... அவன் சிரிச்சா, நீயும் சிரி. தப்பா, அசிங்கமா நடந்தா ஓங்கி அறை. சிறுமைக் குணங்களைக் கண்டா கொதிக்கணும்... அதை எதிர்த்து நிக்கணும்... உன்னை நீதான் காப்பாத்திக்கணும்... பொண்ணு போற இடத்துக்கெல்லாம் அப்பா காவல் காக்க வரமுடியுமா?"

அந்த நிகழ்ச்சிக்குப் பிறகு அச்சம் என் மனசைவிட்டுச் சுத்தமாகவே அகன்று விட்டது.

அப்பா என் மனசுக்குள் மூட்டுவித்த இந்தத் தீயை, அணைக்காமல் இன்று வரை நான் காப்பாற்றிக்கொண்டு இருக்கிறேன்.

என்னை ராதையாக்கிய அதே தடியனை மறுநாள் சாயங்காலமே பார்த்து, "என் பெயரைக் கேட்டியே... உன் பெயர் என்ன?" என்று நான் கேட்டபோது, திடுக்கிட்டுப் போனான் அவன். "பர... பரமசிவன்..." என்றான்.

"பரமசிவமா? பக்கத்துல பார்வதியைக் காணோம்... கழுத்திலே நல்ல பாம்பைக் காணோம்... என்ன நீ பரமசிவம்?" என்று நான் கேட்டேன். அவன் கண்களைப் பார்த்தபடி. ஏனோ அந்தத் தடியனும் அவன் வானர சேனைகளும்

திகைத்துப்போய் நின்றதைப் பார்த்ததும்தான் அப்பா சொன்னதன் உண்மை எனக்குப் புரிந்தது.

அலுவலகத்தில் என்னுடன் பணி புரிபவள் நீலா. என் நெருங்கிய சிநேகிதி என்று நான் அவளைச் சொல்லலாம். எங்கள் நெருக்கத்தை இந்த வார்த்தைகள் உணர்த்த முடியுமா என்றுகூட அஞ்சுகிறேன். வெகு விரைவில் நாங்கள் நண்பர்களானோம். உரையாடுவது, உபசரித்துக்கொள்வது என்கிற நிலையைத் தாண்டி, ஒருத்தர் சுமையை ஒருத்தர் தாங்கிக்கொள்கிற பரஸ்பரம். சுமைதாங்கிகளாகி விட்டோம் நாங்கள்.

அந்த நீலாவுக்கு நேற்று முந்தின தினம் திருக்கழுக்குன்றத்தில் திருமணம். தன்னோடயே நானும் புறப்பட்டு வர வேண்டும் என்று நீலா பிடிவாதம் பிடித்தாள். நீலாவின் அப்பாவும் என் அப்பாவும் ஒரு காலத்தில் திருவல்லிக்கேணி ஒண்டுக்குடித்தனக்காரர்கள். அப்பா சந்தோஷமாக என்னை அனுப்பி வைத்தார்.

திருமணத்துக்கு முதல் நாள் இரவில்தான் அந்தப் பிரச்சினை தோன்றியது. அப்பாவுக்குக் கோபம் ஏற்பட்ட பிரச்சினை.

மாப்பிள்ளை வீட்டாரைக் கவனிக்க வேண்டிய பொறுப்பை எனக்குக் கொடுத்திருந்தார்கள். மாலை டிபனும் காபியும் கொண்டு போய்க் கொடுத்து மாப்பிள்ளை வீட்டாரை உபசரித்தவள் நான்தான். மாப்பிள்ளையின் மாமா என்று சொல்லிக்கொண்டு ஒருத்தர் “பெண்ணே... இது என்ன மஞ் சள் களி?” என்று என்னைப் பார்த்துக் கேட்டார்.

“களி இல்லை சார்! இது கேசரி...!”

“ஓகோ... எங்கள் ஊரில் கேழ்வரகுக் களிகூட இன்னும் நல்லாப் பண்ணுவாங்க... உங்க ஊரிலே இதுதான் கேசரியா...?” என்றார் எகத்தாளமாக. எனக்கு எரிச்சல், ஆனாலும் அமைதியாய் இருந்தேன்.

கேசரி அப்படியொன்றும் மட்டமாக இல்லை. இது மாப்பிள்ளை வீட்டார் என்கிற மிதப்பில் ஏற்பட்ட அலட்டல். மாப்பிள்ளையின் அம்மா என்கிற ஒருத்தி சொன்னாள்;

“உன் வயசுல எனக்கு மூணு குழந்தைகள் பிறந்துடுச்சி, இன்னும் நீ சின்னப் பொண்ணாட்டம் மாப்பிள்ளை சீர் பண்ணிட்டிருக்கே...” என்றாள். என்ன நாகரிகமற்ற பேச்சு!

பெண்களுக்குப் பெண்கள்தான் எதிரிகள் என்பதை மாற்ற வேண்டாமா! என் எரிச்சல் கோபமாகிக் கனிந்து விடக்கூடாது என்று என்னை நான் அடக்கிக்கொண்டேன். என் நீலா கல்யாணமில்லையா...?

ராத்திரிச் சாப்பாட்டின்போது விஷயம் வேறு விதமாய் முளைத்திருந்தது. சம்பந்திகளுக்குள் ஏற்பட்ட ஏதோ ஒரு முகம் தெரியாத புகைச்சல், சாப்பாட்டில் வெளிப்பட்டது.

"சோறா இது? தாலி கழுத்தில் ஏர்றதுக்கு முந்தியே இந்தப் பிச்சைச் சோறுன்னா, கல்யாணத்துக்குப் பின்னால கையில உருண்ட உருண்டையா பிசைஞ்சு போடுவாங்களா?" என்று அந்த மாமா கடுகடுத்துக் கொள்வதை என்னால் தாங்க முடிந்தது. அடுத்து அவர், "பொண்ணுதான் குயில் குஞ்சு, எட்டேகால் லட்சணம், எமன் ஏறும் வாகனம்னா, அவ வீட்டுச் சோறுகூடவா இப்படி இளிக்கணும்...?" என்று இரைந்ததை என்னால் சகித்துக்கொள்ள முடியவில்லை.

சாப்பிட்டுக்கொண்டிருந்த ஆண்களில் சிலர், இந்த விரசமான, பண்பாடற்ற வார்த்தைகளைக் கேட்டுச் சிரித்தார்கள். அதற்கு மேலும் என்னால் பொறுத்துக்கொள்ள முடியவில்லை.

நான் வெடித்தேன்;

"சார்... சாப்பாடு கொஞ்சம் கூடுதல் குறைவா இருக்கலாம். நாளை சாப்பாடு நல்லா பண்ணிடலாம். ஆனா, நாளைக்குக் கல்யாணம் ஆகப்போற பொண்ணைப் பத்தி இப்படிப் பேசறது அழகா இல்லை."

"நீ யாரும்மா அதைக் கேக்க? எங்க வீட்டுக்கு வரப்போற பொண்ணைப் பத்தி நாங்க பேசறோம்... அதைக் கேக்க நீ யாரு...?"

"நான் பெண்ணோட சிநேகிதி..."

"சிநேகிதின்னா, ரெண்டு பேரும் சேர்ந்து பல்லாங்குழி ஆடுங்க. சபையில ஒரு பொட்டச்சியா, லட்சணமா இருந்துக்க..."

நான் சீற வேண்டிய நேரம் இது. எனக்குள் அப்பா ஏற்றி வைத்த தீயின் ஜுவாலை கொழுந்துவிட்டது.

நான் அவமானப்படுத்தப்படுகிறேன். என்னை முன்னிறுத்திப் பெண்ணினமே அவமானத்துக்குள்ளாகிறது. கூடியிருந்த பெண்கள் சிலர் என்னை ஏதோ அருவருப்பான

பிண்டம் மாதிரி பார்த்துக்கொண்டிருந்தார்கள். சேலை அணிந்த மாத்திரத்தால் மட்டுமே பெண்கள் இவர்கள்.

ஆண்கள் வெட்கமின்றி என்னைப் பார்த்துச் சிரித்தார்கள். என் கையில் வைத்திருந்த சாம்பார் வாளி, என் கையைவிட்டு நழுவி விடுமோன்னுகூட நான் பயந்தேன்.

“ஷட் அப், மரியாதையா பேசுங்க... எனக்கும் பேசத் தெரியும்” என்றேன் சுள்ளென்று.

அந்த வயதானவர் சட்டென்று மௌனமானார். ஆனால், விபரீதம் வேறு இடத்தில் பொத்தலிட்டுக்கொண்டு எழுந்தது. அவருக்குப் பக்கத்தில் மூன்றாவது நபராக உட்கார்ந்துகொண்டிருந்த ஓர் இளைஞன், நிமிர்ந்து என்னைப் பார்த்துச் சொன்னான்.

“என்னடி பேசுவே? பேசேன். பேசித்தான் பாரேன்...”

நான் அந்த இளைஞனைப் பார்த்தேன். வேட்டியை மடித்துக் கட்டிக்கொண்டு இலைக்கு முன் உட்கார்ந்திருந்தான். பச்சை நிறச் சட்டை அணிந்திருந்தான்.

“மிஸ்டர்! மரியாதை குறையுது... ஜாக்கிரதை!”

“என்னடி பண்ணுவே... பொட்டக் கழுதை...”

அதற்கு மேல் என்னால் கட்டுப்படுத்திக்கொள்ள முடியத்தான் இல்லை. முடியவும் வேண்டாம் என்கிற முடிவுக்கே வந்தேன். என் நீலா கல்யாணம் இது என்பதையும் மறந்தேன்.

“என்னடா பண்ணணும்...? என்னைச் சீண்டியவனை அறைஞ்சுதான் எனக்குப் பழக்கம். உன்னை மாதிரி மரியாதை தெரியாத முட்டாளை, செருப்பாலே அடிக்கக்கூட நான் தயங்கமாட்டேன்...” நான் சொல்லி முடித்ததுதான் தாமதம்.

“என்னடி சொன்னே...” என்றவாறு சாப்பிட்டுக் கொண்டிருந்த கையை உதறிவிட்டு அவன் எழுந்தான்.

என் கையிலிருந்த சாம்பார் வாளியை அப்படியே அவனைப் பார்த்து வீசினேன். அதை வழித்து விட்டுக்கொண்டே, மோசமான வார்த்தைகளில் திட்டியவாறு என்னை நோக்கிப் பாய்ந்தான் அவன்.

நான் குனிந்து என் செருப்பைக் கழற்றிக் கையிலெடுத்தேன். என் கையைக் கெட்டியாக யாரோ பிடிப்பது தெரிந்தது. நீலாவின் அப்பா...

அலுவலகம்விட்டு வரும்போதே அப்பாவைச் சமாதானப்படுத்த வேண்டும் என்கிற ஆசையோடு திரும்பினேன். எதிர்ப்பட்ட அம்மாவிடம், "அப்பா எங்கேம்மா...?" என்றேன்.

"மாடியில் இருக்கார். ஆனாலும் பொம்பளைக்கு இவ்வளவு ஆங்காரம் கூடாதும்மா..." என்றாள் அம்மா.

அம்மா அப்படித்தான் பேசுவாள். அவள் அந்தக் காலத்துப் பித்தளைப் பாத்திரம்.

நான் மாடிக்குப் போனேன்.

அப்பா மொட்டைமாடியில் காற்று வாங்கிக்கொண்டு விச்ராந்தியாக உட்கார்ந்திருந்தார். நான் வந்தது அவருக்குத் தெரியும். ஆனாலும், வானத்தில் நட்சத்திரங்களைப் பார்த்தபடி அமர்ந்திருந்தார்.

பின்புறமாய்ச் சென்ற நான், அப்பாவின் கழுத்தைச் சுற்றிக் கைகளைப் பிணைத்துக்கொண்டு, "என்னப்பா... இன்னும் உங்க கோபம் தணியலையா?" என்றேன்.

அவ்வளவுதான்.

அப்பா உடைந்து போனார்.

"என்னம்மா கோதை... அப்பா கோவிச்சுக்கிட்டேன்னு வருத்தப்பட்டுட்டியா?" என்றார் அப்பா. அவர் குரல் கரகரத்து விட்டது.

"ஐயோ... அப்பா, உங்களுக்குக்கூடக் கோபம் வருமாப்பா...?" என்றேன்.

அப்பவுக்குக் கண்கள் பனித்துவிட்டன.

"குழந்தே... எனக்குச் சங்கடமாய் இருந்தது உண்மைதான். கல்யாணத்துல போயி அப்படிப் பண்ணிட்டியே..."

"அப்பா, அந்த ராஸ்கல் என்னவெல்லாம் சொன்னான்னு..." நான் முடிப்பதற்குள், அப்பா சொன்னார்.

"எனக்குத் தெரியும். அந்த சீதாராமன் நேத்திக்கே எனக்கு டெலிபோன் பண்ணி எல்லாத்தையும் சொல்லிட்டான்... அவன் பொண்ணு கல்யாணத்துல, மாப்பிள்ளையோட தம்பியைப் போயி நீ செருப்பால அடிக்கப் போயிட்டே... சீதாராமன் சபையில, சாஷ்டாங்கமா விழுந்து மன்னிப்புக் கேட்கும்படியா ஆயிடுச்சு பாரு... அதான் எனக்கு வருத்தம்..."

நான் அப்பாவுக்கு முன் தரையில் உட்கார்ந்தேன். அந்த நிகழ்ச்சிக்குப் பிறகு விருட்டென்று கிளம்பி, கடைசி பஸ்ஸைப்

பிடித்து ஊருக்கு வந்து சேர்ந்தவள் நான். நடந்ததை அப்பா சொல்லச் சொல்ல, எனக்குப் பகீரென்றது.

"அவ்வளவு சீரியஸ்ஸாவா போயிடுச்சுப்பா...?"

"நல்லா கேட்டியே... கல்யாணமே நின்னு இருக்கும். ஏதோ கடவுள் புண்ணியம்தான், உன்னோட சிநேகிதிக்குத் தாலி ஏறிச்சு..."

மனசு மிகவும் வருத்தமாய் இருந்தது.

"என்னால ஆத்திரத்தைக் கட்டுப்படுத்த முடியலைப்பா..."

அப்பா என் தலையை வருடிக்கொண்டு சொன்னார். "குழந்தே... உன்னைச் சிறுமைப்படுத்தறவனை நீ சீறுறது தப்பு இல்லை. அதனோட லாபமும் நஷ்டமும், பாவமும் புண்ணியமும் உன்னைத்தான் சேரும். இன்னொருத்தர் காரியத்துல, பொதுக் காரியத்துல ஈடுபட்டிருக்கையிலே, ரொம்ப நிதானமா இருக்கணும்மா. அப்போ கோபம், தாபம் எல்லாத்தையும் விட்டொழிச்சுடணும்... அப்போ வர்ற கோபம் பொதுவானதா இருக்கணுமே தவிர, தனிப்பட்ட முறையில் வரக்கூடாது..."

அப்பா ஒரு நிமிஷம் கழித்துச் சொன்னார்;

"கோபம் ஒரு மிருகம் மாதிரிம்மா... அதைப் பழக்கி நம் வசம் வெச்சிருக்கணும். வசம் தவறிச்சுன்னா அது நம்மை அடிச்சுச் சாப்பிட்டுடும்..."

எனக்கு லேசாகப் புரிகிற மாதிரி இருந்தது. ஆனாலும் தயக்கமும் இருந்தது.

அப்பா என்னைப் பார்த்துச் சொன்னார்;

"உனக்காகக் கோபப்படு, அது சரி... அது ரொம்ப உசத்தி... ஆனா இன்னொருத்தர் நலத்துக்காக உன் கோபத்தை விட்டுடறது அதைவிட உசத்தி இல்லையா?"

"ஆமாம்பா..." என்றவாறு அப்பாவின் கைகளைப் பிடித்துக்கொண்டேன் நான்.

1986

கருணையினால்தான்

குளித்துக்கொண்டிருந்தபோது, மப்டியில் இருந்த போலீஸ்காரரால் கேசவன் கைது செய்யப்பட்டான்.

சிலேட்டில் எழுதி அழித்தும் அழியாத எழுத்து மாதிரி மங்கலான, இருள் பிரியாத சூரியனுக்கு முந்தைய காலைப் பொழுது, குளிப்பதற்கே உகந்த நேரம். பனி விழுங்கிய சீதளக் காற்று உங்களை சட்டையைக் கழற்ற யோசிக்க வைக்கும்தான். இரவுக் குளிர்ச்சியில் குளத்து நீர் கால்களைப் பூச்சி கடிப்பது போல் கடிக்கும்தான். ஒரு தைரியத்தை வரவழைத்துக்கொண்டு ஒரு முங்கல் போட்டு விட வேண்டும். அப்புறம் என்ன? குளத்தை விட்டு வெளியில் வர யாருக்குத் தோணும்? குளிப்பது அழுக்குப் போகவா? அழுக்குப் போகக் குளிக்க முடியுமா என்ன? குளிப்பது ஒரு சுகம்.

கேசவனுக்கு முன் வானம் ஒரு புத்தகம்போல விரிந்து கிடந்தது. நட்சத்திர எழுத்துக்கள், தூரத்தில் கறுப்பு மையால் எழுதியது மாதிரி கோபுரம். மார்பளவு நீரில் அவன் இருந்தான். மனம் லேசாகித் தக்கையானது போல் உணர்ந்தான். நிழல் மாதிரி விடாது ஒட்டிக்கொண்டிருந்த பயம்கூடத் தன்னை விட்டு ஓடி விட்டது மாதிரி இருந்தது அவனுக்கு.

படி ஏற மனமின்றி நீரில் துழாவிக்கொண்டிருந்த அவன் கவனத்தை எதிர்கரையில் குளிக்க வந்த பெண்களின் பேச்சுச் சத்தம் கலைத்தது. விடிந்துகொண்டிருப்பதை அப்போதுதான் உணர்ந்தான். கோபுரத்துக்குப் பின் இருந்து வெளிச்ச ரேகைகள் வானில் பரவி இருந்தன. சட்டென்று, அந்த ஊருக்குப் பொருத்தம் இல்லாத வெள்ளைச் சட்டையும் பேன்ட்டும் அணிந்த நகரத்து மனிதர்கள் என்று சொல்லத் தக்க சிலர் குளத்தைச் சுற்றி, நான்கு படித்துறைகளுக்கும் மேலே தயாராய் இருந்ததைக் கவனித்தான். அவனுக்குப் புரிந்து விட்டது. தான் அகப்பட்டுக்கொண்டு விட்டோம் என்பதை உணர்ந்தான்.

ஏற்கனவே தீர்மானித்து வைத்திருந்ததைச் செயல் படுத்துவது என்ற முடிவுக்கு வந்தான்.

படி ஏறினான். அவிழ்த்து வைத்திருந்த பேன்ட்டை அணிந்துகொண்டான். துண்டைப் பிழிந்து கீழே போட்டான். சட்டையை மாட்டிக்கொண்டு, துண்டையும் எடுத்துக்கொண்டு, மேலே நின்றுகொண்டு இவனையே கவனித்துக்கொண்டிருந்த இருவரை நோக்கிப் போனான்.

வெளிச்சம் வந்து விட்டிருந்தது. அம்மைத் தழும்பும், பெரிய மீசையும், வளமான உடம்பும்கொண்ட ஒருவன் "நீ கேசவன் தானே?" என்றான்.

"ஆமாம்"

கடைசி எழுத்தைச் சொல்லி முடிப்பதற்குள் கேசவன் முகத்தில், ராட்சசத்தனமான அறை ஒன்று விழுந்தது. இரண்டு நாட்களுக்கு முந்திதான் கேசவன் உணவு என்று இரண்டு இட்லிகளைச் சாப்பிட்டிருந்தான். படியை ஒட்டிய மண் தரையில் கேசவன் விழுந்திருந்தான்.

"அவன்தான் கேசவன் என்று ஒப்புக்கொண்ட பின்னால் அவனை நீ அடித்திருக்க வேண்டியதில்லை" என்று உடன் தலைவன் போல் இருந்தவன் சொன்னான். அடித்தவன் மறுமொழி பேசாதிருந்தான். தலைவன் கைகொடுத்து எழுந்து உட்கார்ந்திருந்த கேசவனை நிற்க வைத்தான். நாலு துறைகளிலும் நின்றிருந்தவர்கள் வந்து சேர்ந்துகொண்டார்கள்.

தலைவன் முன்னால் நடக்க, கேசவனைத் தள்ளிக்கொண்டு போவது போல் மற்றவர்கள் நடந்தார்கள். வாய் ஓரம் வழிந்த இரத்தத்தை ஈரத் துண்டால் துடைத்தவாறு கேசவன் நடந்தான்.

நெடுஞ்சாலையில், ஒரு தூங்கு மூஞ்சு மரத்தின் கீழே போலீஸ் வண்டி நிறுத்தப்பட்டிருந்தது. கருநீல வண்ண வண்டி. அதுவே ஒரு சிறைபோல கம்பிகளும் கதவுகளுமாய் இருந்தது. நீள பெஞ்சுகள் மாதிரி இரண்டு இருக்கைகள், எல்லோரும் அமர்ந்தார்கள். கேசவன் இருக்கையில் அமரப் போனான். மீசை வைத்திருந்தவன், இரண்டு இருக்கைகளுக்கும் இடைப்பட்ட தரையைக் காட்டி, "அங்கே உட்காருடா" என்றான்.

தலைவன், "சீட்டில் உட்காரட்டும். நடுவில் அவனும் இரண்டு பக்கத்திலும் ரெண்டு பேரும் அமருங்கள். நீ டிரைவர்

பக்கத்தில் போய் உட்கார்” என்றான் மீசைக்காரனைப் பார்த்து.

இரண்டு பேர் முன்புறமாகப் போய் உட்கார்ந்தார்கள். கேசவன் எதிரே தலைவன். வண்டி புறப்பட்டது. தரையில் குழந்தையைக் கிடத்தியதுபோலத் துப்பாக்கிகளைக் கிடத்தியிருந்தார்கள்.

கேசவன் இடப்புறம் கம்பி வலை. வண்டியின் ஓட்டத்தில் துப்பாக்கிகள் குலுங்கி ஒன்றுடன் ஒன்று இடித்துக்கொண்டன. கட்டைகள் மோதும் சப்தம் எழுந்தது.

தலைவன், கேசவனையே கவனித்துக்கொண்டிருந்தான். இளமையின் தலைவாசலில் நிற்கிற, இன்னும் குழந்தைத்தனம் போகாத முகம், மீசையும் தாடியும் அரும்பியிருந்தன. குற்றவாளிகளுக்கே உரிய, கெட்டிப் போன முகங்களையே பார்த்துப் பழகிய அவனுக்கு, ஒரு கல்லூரி மாணவனைப்போலத் தெரிந்தான் கேசவன். இந்தச் சிறுவனா கொலை அல்லது கொலைகளைச் செய்திருக்க முடியும் என்று தோன்றியது அவனுக்கு.

“உனக்கு என்ன வயசு?”

சாலைப் புளிய மரங்கள், மரங்களை அடுத்து விரிந்த குன்றுகள். மலைச்சரிவுகளையே சுவாரஸ்யமாக வேடிக்கைப் பார்த்துக்கொண்டிருந்த கேசவன் திடுக்கிட்டு, “என்ன சார்” என்றான்.

தலைவன் மறுபடியும் கேட்டான்.

“ஜனவரி வந்தால் இருபத்து மூணு சார்.”

தன்னை விட ஏழு வயது சின்னவன் என்று நினைத்துக்கொண்டான். ஜனவரி வந்தால் என்கிறானே... வந்தால் தானே. அதிகம் போனால் இரண்டு அல்லது மூன்று நாள்களே, மண்ணில் அவன் வாழப் போகிறவன். நாளைக் காலையில் தலைமைக் கேம்ப்பில் கேசவன் ஒப்படைக்கப்படுவான். விசாரணை என்ற பெயரில் ஒரு பகல் நீளும். ஓர் இரவும் ஒரு பகலும் அவன் தோலை உரித்து, எத்தனை விதமான வன்முறைகள் சித்ரவதைகள் உண்டோ அத்தனையும் பிரயோகித்து, உண்மைகளை வெளிக்கொண்டு வரும் முயற்சிகள் நடக்கும்.

“தேவா... பசி வயித்தைப் புரட்டுதப்பா... அடுத்த ஊருல சாப்ட்டுடலாமா...” என்று மீசைக்காரன், கம்பிகளின் வழியாகத் தலைவனைப் பார்த்துக் கேட்டான.

"உம்" என்றான் தேவா. பிறகு கேசவனைப் பார்த்து, "என்ன யோசிக்கிறாய்..." என்றான்.

கேசவன், இரண்டு விரல்களைத் தேவா முன் நீட்டினான்.

"ரெண்டுல ஒண்ணைத் தொடுங்க சார்..."

"எதுக்கு..."

"தொடுங்க சார் இன்னா...!"

தொட்டான்.

"க்ரெக்ட் நீங்க தேவநாதன் தானே?"

"இல்லை தேவகுமார்."

"நான்தான் தப்பு. ஒன்று தேவராஜன், இல்லை தேவநாதன்னு நினைச்சேன்."

சொல்லிவிட்டுச் சிரித்தான் கேசவன்.

தேவாவுக்கும், உடன் இருந்தவர்களுக்கும்கூட இது விந்தையாக, வித்தியாசமாகத் தோன்றியது. இது மாதிரி கைதிகள் பிடிபட்டதும், தப்பிக்க என்ன வழி என்று யோசிப்பார்கள். பின்னால் கேட்கப்படப்போகிற ஆயிரக்கணக்கான கேள்விகளுக்கு ஆயிரக்கணக்கான பொய்களைக் கற்பனை செய்துகொண்டிருப்பார்கள். இந்த மாதிரி ஒத்தையா ரெட்டையா விளையாட மாட்டார்கள்.

வண்டி நின்றது. எல்லாரும் இறங்க, கேசவன் மட்டும் உட்கார்ந்திருந்தான்.

"அவன்கூடக் காவலுக்கு யார் இருக்கப் போறா!..." என்று மீசைக்காரன் கேட்டான்.

"அவனும் வரட்டுமே" என்றான் தேவா.

"நம்ம செலவுக்கே இடிக்குது. கொலைகாரப் பயலுக்குச் சோறு போடச் சொல்ற நீ..."

"உனக்கு மட்டும்தான் வயிறா? அவனுக்கு இல்லை?"

"ப்ச்"

தேவா கேசவனைப் பார்த்து "இறங்கு" என்றான்.

எல்லோரும் முதல் இட்லியில் கொஞ்சம் மிச்சம் வைத்திருக்கையில், கேசவன் மூன்றாம் இட்லியைப் பிட்டுக்கொண்டிருந்தான்.

"கடைசியாக எப்போ சாப்பிட்டே...?"

கேசவன் கொஞ்சம் யோசிக்க வேண்டியிருந்தது.

"இன்னைக்கு வெள்ளிக்கிழமை. நேத்து பூரா ஒன்றும் சாப்பிடலை. புதன்கிழமை மத்தியானம் சாப்பிட்டேன். ஒரு தோழர் வாங்கி...!"

சட்டென்று நிறுத்திக்கொண்டான் கேசவன். எந்தச் சூழ்நிலையிலும், யார் பெயரையும் அடையாளத்தையும் சொல்லக்கூடாது என்று சொல்லிக் கொடுக்கப்பட்டிருந்ததை மறந்து போய் விட்டான்.

"எந்தத் தோழர்?..." என்று கேட்டான் மீசைக்காரன்.

"......"

"உம், நாளைக்கு கேட்கிற முறையில் ஐயா கேட்பார். நீயும் கடகடன்னு அவனுங்க பெயரையெல்லாம் சொல்லத்தான் போறே..."

மீண்டும் இடைவிடாத பயணம் தொடர்ந்தது. வழி நெடுக மரங்கள். மனிதர்கள். இந்த ஆறு மாத காலத்தில் நல்ல தலைமறைவாய் இருந்த நாட்களில், பகலில் எல்லாம் ஒளிந்தும், இரவில் நடந்தும் அல்லது புதிதாக வந்து சேர்ந்த நண்பர்களோடு உரையாடியும் கழித்திருந்த கேசவனுக்கு, ஒரு நாள் முழுக்க மனிதர்களைப் பார்த்தவாறு, மனிதர்களோடு செய்யும் பயணம் உற்சாகமாய் இருந்தது. ஒரு திருவிழாவுக்குப் போகிற சிறுவனின் களிப்போடு வேடிக்கை பார்த்துக்கொண்டு வந்தான்.

தலைமை நிலையம் ஊருக்குச் சற்றே தள்ளி, ஒரு தோப்புக்குள் அமைந்திருந்தது. வெளியிலிருந்து பார்ப்போர்க்கு அப்படி ஒரு கட்டடம் கண்ணுக்குத் தெரியாது.

"விலங்கு போடலாமா?" என்றான் மீசைக்காரன்.

"இவன் அப்படிப்பட்டவன் இல்லை..." என்றான் தேவா.

"ஏமாந்துடக்கூடாது தேவா..."

"அது என் பொறுப்பு, நீ கவலைப்படாதே..."

"காலையிலே ஆபீசர்கிட்டே ஆளை ஒப்படைப்பது..."

"என் பொறுப்புன்னு சொல்லிட்டேனே..."

"அப்ப சரி..."

கேசவன் இருந்த அறையில் சின்னச் சின்ன மரப் பெட்டிகள் இருந்தன. காக்கிச் சட்டைகள் ஆணியில் தொங்கி ஆடின. காக்கி அரைக்கால் சட்டைகள் பெட்டிகளின் மேல் கிடந்தன.

தேவா திரும்பி உடைமாற்றிக்கொண்டான். இளம் பச்சைக் காக்கியில் இருந்த தேவாவைப் பார்த்துக் கேசவன் சொன்னான்.

"இந்த உடை உங்களுக்கு ரொம்பப் பொருத்தமா இருக்கு சார்..."

தேவா நிதானமாக அவனைப் பார்த்து, "எனக்கு பொருந்தாத டிரஸ் இது. உம்... தலையெழுத்து..." என்றான்.

மூலையில் சாய்ந்து உட்கார்ந்துகொண்டான் கேசவன். "இரு வர்றேன்" என்று வெளியேறினான் தேவா.

தனியாக விடப்பட்டிருந்ததால், கேசவனுக்குத் தன் நிலை நினைவுக்கு வந்தது. ஒரு வழியாக வந்து சேர்ந்து விட்டோம். இனி விசாரணைகள், தேவைப்பட்டாலும், இல்லையென்றாலும் சித்திரவதைகள். ஆயுள் தண்டனை தரப்படலாம். அல்லது உடன் தீர்த்தும் விடலாம். சிறைக் கம்பிகளுக்குப் பின்னால், மூத்திர நாற்றத்தோடு பன்னிரண்டு ஆண்டுகளா? அதைக் காட்டிலும் சாவது நல்லது? முதுகுத் தண்டு சிலிர்த்தது கேசவனுக்கு. காற்றே வரச் சாத்தியமில்லாத அந்த அறையில் உடம்பு சில்லிட்டது.

'சுமதி' என்று ஒருமுறை முணுமுணுத்தான் கேசவன். சுமதியைப் பற்றி நினைக்கும் போதெல்லாம் புத்தகத்தோடு பள்ளிக்குப் போகும், புள்ளிப் போட்ட பாவாடையும், அரக்கு வண்ண தாவணியும் அணிந்த உருவம் கண்ணுக்கு முன்னால், இந்தா பிடித்துக் கொள் என்று வந்து நிற்கிறது. செப்புக் குடத்தை எடுத்துக்கொண்டு, ஒரு பெரிய செப்புக் குடமே நடந்து ஊருணிக்கு வருகிற மாதிரி உருவம். விடியற்காலையில், உதிர்ந்த மகிழம் பூக்களைக் குனிந்து பொறுக்குகிற, ரோட்டில் ஒரு கூழாங்கல் கிடந்தாலும், 'ஹை' என்று ஆச்சரியத்தோடு எடுத்து, எச்சில் துப்பித் துடைத்து, துருவேறின பழைய ஜாமெட்ரி பாக்சில் போட்டுக் கொள்கிற சுமதி. அரசமரத்து அடித் தாழம்புதரில் செருகிக்கொண்டு, ஆடைக் குலைந்து, மார்பிலும், கன்னங்களிலும், தொடைகளிலும் இரத்தக் காயங்களோடு பிணமாகக் கிடக்கும் சுமதி.

"சுமதி."

"யார்...?" என்று தேவா கேட்டான். வாய் திறந்து தான் முணுமுணுத்து விட்டதை அறிந்து வெட்கம் வந்தது கேசவனுக்கு.

“என் சிநேகிதி.”

புழுக்கம் தாங்காமல், “வாயேன்... வெளியே உட்காரலாம்” என்று தேவா அழைக்க, இருவரும் வெளியே வந்து உட்கார்ந்தார்கள்.

அந்தப் பழைய வீட்டை அடுத்தத் தோட்டம் வெகு தூரம் பரவி இருந்தது. வரிசையாக மதிலை ஒட்டிக் கிழ மரங்கள் வேம்பு, புன்னை, மா என்று பலவகை மரங்கள். நிலவு இன்னும் இரண்டு நாட்களில் நிறைய இருந்தது.

கேசவன் மூச்சை இழுத்துக்கொண்டே கேட்டான்.

“இங்கே தங்க அரளி மரம் இருக்கா...?”

தேவா ஆச்சரியத்துடம் “இருக்கு” என்றான்.

“வாசனை வருதே...”

“தங்க அரளி உனக்குப் பிடிக்குமா?...”

“சுமதிக்குப் பிடிக்கும். அதை முகரக்கூடாது, மூக்கில் இரத்தம் வருமாம்”

“யாரு சொன்னா?”

“சுமதி”

“யார்?”

கேசவன் சில நிமிஷங்கள் சும்மா இருந்தான். “நாளைக்கு என்னை என்ன செய்யப் போறீங்க...?”

தேவா வேறு பக்கம் திரும்பிக்கொண்டு, “விசாரணை நடக்கும்” என்றான்.

“என்ன விசாரணை?”

“தண்டபாணியைக் கொன்றது நீதானான்னு...”

“ஆமா, நான்தான். ஒத்துக்குவேன். இப்பவே ஒத்துக்கறேன்”

“இதை ஆறு மாதத்துக்கு முந்தியே செய்திருக்கலாமே?”

“முதல்லே பயம்மா இருந்தது. அப்புறமா ஒத்துக்க முடிவு பண்ணினேன். சரண் அடையலாம்னு நினைச்சேன். தோழர்கள்...”

“தோழர்கள்...”

“வேண்டாம்னு தடுத்துட்டாங்க. என்னை எப்படியோ தேடி வந்து அறிமுகப்படுத்திக்கிட்டாங்க. நான் செஞ்சது கொலை இல்லே, சமூக நன்மைகள்னு சொன்னாங்க!”

“அப்புறம் மேலக் காவேரி கொலை வழக்கு, திருவையாறு

ரேஷன் கடை கொள்ளையெல்லாம்கூடச் சமூகப் பணிதானா."

"எனக்கும் இதுக்கும் சம்பந்தம் இல்ல சார்... என்னையும் ஒரு சாட்சியா வச்சுக்கிட்டு அவங்க பேசிக்கிட்டாங்க..."

"அவங்க இருக்கிற இடம் உனக்குத் தெரியுமா?"

"தெரியாது சார்..."

"பொய் சொல்றே."

"சத்தியமா சொல்றேன் சார், எனக்குத் தெரியாது. அதெல்லாம் என்கிட்டே சொல்ல மாட்டாங்க. அவங்கதான் என்னைத் தேடி வருவாங்க. நான் போனதில்லை..."

அவன் பொய் சொல்லவில்லை என்பதைத் தேவா உணர்ந்தான். அந்த முகம் பொய்ப் பேசுகிற முகமாய்ப் படவில்லை. ஆனால் நாளை விசாரிக்கப் போகிற அந்த ஆபீசர் நம்ப வேண்டுமே. நம்ப மாட்டார். நம்பக்கூடாது என்பதுதான் அவர்களுக்குக் கற்றுத் தந்த அரிச்சுவடிப் பாடம்.

"சந்தேகி. எதையும், யாரையும் சந்தேகி" என்பதே வேதம். தேவா பெருமூச்சு விட்டான்.

நாளை மதியம் சுமார் 2 மணி அளவில், இந்தச் சிறுவனின் விரல் நகக் கண்களில் ஊசி ஏற்றப்படும். மிளகாய்ச் சாந்து மென்மையான உறுப்புகளில் பூசப்படும். ரூல் தடி தொடை மேல் உருட்டப்படும். முரட்டு ஷுக்கள் அணிந்த பாதங்கள் அவன் விரல்களை நசுக்கும்.

வாதா மரத்தடியில், சாய்ந்துகொண்டிருந்தான் கேசவன். நிலவு நடுவானத்தில் இருந்தது. எங்கோ சில காக்கைகள் விடிந்து விட்டது என்று தப்பாக எண்ணிக் கரைந்துகொண்டிருந்தன.

"நீ அந்தக் கொலையைச் செஞ்சு இருக்கக்கூடாது கேசவன்" என்றான் தேவா.

"உண்மைதான் சார்... உங்களை மாதிரி ஒரு அண்ணன் எனக்கு இல்லை. இருந்திருந்தா புத்தி சொல்லித் தடுத்திருப்பார். கோபத்தைத் தூண்டி விடத்தான் நண்பர்கள் இருக்காங்க. சுமதியைத் தாழம்புதர்ல பார்த்த மாத்திரத்துல, அந்தக் கணத்துல நான் மிருகமா மாறிட்டேன். நான் மனுஷங்களையே மறந்துட்டேன். அப்பா மூங்கில் சீவ பளபளப்பா, பட்டு மாதிரி ஒரு கத்தி வச்சிருப்பார். எனக்கு ரொம்ப சௌகரியமா இருந்துச்சி. மூணு நாள் தாழங்காட்டிலேயே மறைஞ்சிருந்தேன். மூணாம் நாள்தான் சந்தர்ப்பம் கெடைச்சது. தண்டபாணி சாயங்காலமாத்தான் தாழங்காட்டுக்கு வருவான். எருக்கஞ்

செடி மறைவா உக்காருவான். அன்னிக்கும் உக்காந்தான். கொஞ்சம் இருட்டு. முகம் தெரியற இருட்டுதான். நான் புதரை விலக்கிட்டு வெளியே வந்து அவன் கழுத்துக்குத்தான் குறி வச்சேன். சரசரன்னு சத்தம் கேட்டதும், திரும்பி என்னைப் பார்த்துட்டான். அவனுக்குத் தெரிஞ்சு போச்சு, ஓடத் தொடங்கினான். நான் கத்தியை வீசிட்டேன். அது கால் கண்ட சதையில பட்டு அப்படியே நின்றது. ஐயோன்னு கீழே விழுந்தான் தண்டபாணி. நான் ஓடிப் போய் கத்தியை எடுத்து...!"

தலையைக் கவிழ்ந்துக்கொண்டான் கேசவன். அவன் முதுகு சிலிர்த்தது தேவாவுக்குத் தெரிந்தது.

"சார்... உயிர் பிரிந்தது. என் கண் முன்னால் நடந்தது சார். லேசா அவன் உதடு கோணிச்சு. என்னவோ சொல்ல ஆசைப்பட்டான். சாகிற நேரத்துல எந்த மனுஷனும் உண்மைதானே பேச முடியும். உண்மையைத் தானே சார் நினைக்க முடியும். சுமதியைக் கெடுத்தது தப்புன்னு சொல்ல நினைச்சானோ என்னமோ? தலை துவண்டுப் போச்சு. அந்த நிமிஷத்துலதான் எனக்குத் தோணிச்சு, இந்த மனுஷனோட உயிரைப் பிரிக்க எனக்கு எந்த உரிமையும் இல்லைன்னு... தப்பு செஞ்சதுக்குத் தண்டனை தர நான் யாருன்னு... ஐயோ, எவ்வளவு பெரிய தப்பு பண்ணிட்டேன். தண்டபாணி முன்னால் நின்று அழுதேன். என்னை மன்னிச்சுடுன்னு மன்றாடினேன். யாருகிட்டே நான் மன்னிப்புக் கேக்கறது?"

தலையைக் கால்களுக்குள் புதைத்துக்கொண்டு கேசவன் குலுங்கி அழுவதைத் தேவா பார்த்தான். ஓயட்டும் என்று இருந்தான். ஓய்ந்ததும், "வீட்டுல யார் யாரெல்லாம் இருக்கா கேசவன்?" என்றான்.

"அப்பா மட்டும்தான் சார்..."

புது மலர்ச்சியோடு புதிதாகச் சந்திக்கிற நண்பனிடம் கேட்பதுபோலக் கேசவன் கேட்டான்.

"உங்க குடும்பம் எங்க இருக்கு சார்?"

"பெங்களூரில் அப்பா அம்மா இருக்காங்க. போன வாரம் வரைக்கும் தம்பி இருந்தான். உன் வயசுதான் காலேஜ்ல படிச்சிட்டிருந்தான். நல்ல வெயிட் லிஃப்ட்டர். பாரம் தூக்கும்போது வெயிட் கழண்டு பின் தலையில விழுந்திருச்சு. எங்களுக்குத் தெரியாது. அவனும் சொல்லலை. அடிக்கடி தலைவலின்னு படுத்துடுவான். மாத்திரை

வாங்கிக் கொடுப்போம். ஒருநாள் திடீர்னு நினைவை இழந்தான். அப்புறம்தான் மூளையில கட்டி இருக்கிறதைக் கண்டுபிடிச்சோம். ரொம்பத் தாமதமாயிட்டுது, செத்துட்டான்"

"எப்போ சார்..."

"போன வெள்ளிக்கிழமைதான். நான் முந்தா நேத்துதான் டூட்டியில திரும்பவும் சேர்ந்தேன். உனக்காகத்தான்!"

"சாரி சார்..."

விடிகிற நேரம் நெருங்கிக்கொண்டிருந்தது. கேசவன் சுருட்டி மடக்கிக்கொண்டு தூங்கிக்கொண்டிருந்தான்.

தேவா அவனையே பார்த்துக்கொண்டிருந்தான். இந்த நாள் அவனுக்காக விடியவில்லை என்று அவனுக்குத் தோன்றியது. நாளை சூரியோதயத்தை அவன் பார்க்கப் போவதில்லை என்பதும் அவனுக்குத் தெரியும்.

மனிதன், எந்த ஜீவராசிக்கும் இழைக்கக்கூடாத இம்சைகள், இவனுக்கு நாளை இழைக்கப்படப் போவதை நினைத்துப் பார்த்தான். ஒரு முறை அவனுக்கு உடம்பு அதிர்ந்தது. நியாய, அநியாயங்கள் பற்றியெல்லாம் தான் நினைக்கக்கூடாதவற்றைப் பற்றியெல்லாம் நினைத்தான். கேசவனைத் தப்பவிக்கலாம் என்று ஒரு கணம் தோன்றியது. தப்பிக்கும் மனநிலை இல்லாத, குற்றத்தை ஏற்றுக் கொள்ளும் மனப்பக்குவம் அடைந்து விட்ட மனிதனை என்ன செய்வது என்று தோன்றியது. சஞ் சலத்துக்குள்ளானான் அவன்.

திடீரென்று பறவைகளின் கூட்டுக் கரைசல் காரணமாகத் திடுக்கிட்டு எழுந்து உட்கார்ந்தான் கேசவன்.

"தூங்கிட்டேன் சார்" என்று அசட்டுத்தனமாகச் சொன்னான். பரவிக்கொண்டிருந்த வெளிச்சத்தில் தேவாவைப் பார்த்துச் சொன்னான்.

"இன்னைக்குத்தான் ரொம்ப நாளைக்கு அப்புறம் நிம்மதியாத் தூங்கினேன். ஒவ்வொரு நிமிஷமும் செத்து, செத்து, எப்போ போலீஸ் வருமோ, எப்போ மாட்டிக்குவோமோன்னே நினைச்சுட்டு இருக்கிறதாலே தூக்கமே வராது!"

மலர்ந்து வரும் புதிய வெளிச்சத்தில் பரவி விரிந்த தோட்டத்தை ஆச்சர்யத்தோடு பார்த்தான். "எவ்வளவு அழகான தோட்டம் சார் இது..." என்றான். வெகு தூரத்தில் புறக்கடைக் கதவை ஒட்டிப் பெரிய மரமாய் இருந்த தங்க அரளியைப் பார்த்தான். பூக்கள் உதிர்ந்து கிடப்பதை இருந்த

இடத்திலிருந்தே அவனால் பார்க்க முடிந்தது. எடுத்து முகர ஆசை எழுந்தது.

"சார்... அந்த மரத்துக்கிட்டே போய் பூ பொறுக்கிட்டு வரட்டுமா...?"

"செய்யேன்."

கேசவன் எழுந்து நடந்தான்.

அந்த நிமிஷத்தில்தான் தேவாவுக்கு அந்த யோசனை தோன்றியது. பாய்ந்து அறைக்குள் சென்று துப்பாக்கியை எடுத்து வந்தான். எந்த நிமிஷத்திலும் பயன்படுத்தத் தக்கவாறு தயார் நிலையில் இருந்தது அது.

கேசவன் குனிந்து பூக்களைப் பொறுக்கிக்கொண்டிருந்தான். தேவா குறிபார்க்க சில வினாடிகளே போதுமானவையாக இருந்தன.

வெடிச்சப்தம் கேட்டு, மரப் பறவைகள் அலறிக்கொண்டு பறந்தன. சத்தம் இல்லாமல் சரிந்து விழுந்தான் கேசவன்.

"என்ன... என்ன" என்றவாறு பலர் ஓடி வந்தார்கள்.

"தப்பிச்சு ஓடினான்; சுட்டுட்டேன்!" என்றான் தேவா.

"வெல்டன்" என்று கைகுலுக்கினான் மீசைக்காரன். "இல்லேன்னா நாம கம்பி எண்ண வேண்டியிருக்கும்" என்றான்.

தங்க அரளி மரத்தடிக்குச் சென்றார்கள். கேசவன் உயிர் பிரிந்திருந்தது. பூ பொறுக்கினபோது இருந்த புன்னகை மாறாமல் இருந்தது அவன் முகத்தில்.

ஒரு சிறுவனைக் காப்பாற்றி விட்ட நிம்மதி தேவாவுக்கு. மனம் மட்டும் அழுதுகொண்டிருந்தது.

1984